தீக்குள் விரலை வைத்தால்

முதற்பதிப்பு: 2023

First Edition: 2023

Theekkul Viralai Vaithal

தீக்குள் விரலை வைத்தால்

Vaasanthi

வாஸந்தி

ISBN: 978-93-95441-97-1

Pustaka
EBooks | Audiobooks | Paperback

Pustaka Digital Media Pvt. Ltd.
#7-002, Mantri Residency,
Bannerghatta Main Road, Bengaluru - 560 076
Karnataka, India
+91 7418555884

தீக்குள் விரலை வைத்தால்

— வாஸந்தி —

Pustaka
EBooks | Audiobooks | Paperback

வாஸந்தியின் 'ஆகாச வீடுகள்' மிகவும் பாராட்டப்பெற்ற நாவல். இந்நாவல் ஆங்கிலத்திலும், ஹிந்தியிலும் மொழிபெயர்க்கப்பட்டுள்ளன.

வாஸந்தியின் எழுத்துக்கள் ஆழமான, கனமான உளவியலை அதன் மனப்போராட்டத்தை தர்க்கரீதியில் பரிசீலனை செய்யும் தன்மையன்.

'தீக்குள் விரலை வைத்தால்...' நாவலிலும் இந்தச் சிறப்பினைக் காணலாம்.

***

அத்தியாயம் 1

பெரிய தெருவின் முனை திரும்பி வடக்கு வீதியை அடைந்த உடனேயே சுப்ரபாதம் தெளிவாகக் கேட்டது. கேட்ட மாத்திரத்தில் பிரவாகமாய் நெஞ்சுக்குள் பொங்கிய உணர்வலைகளை நந்தினி சிரமப்பட்டு அடக்கிக்கொண்டாள். ஆட்டோ ரிக்ஷாவுக்கு வெளியில் லேசாகத் தலையை நீட்டிப் பார்த்தாள்.

காவியும் சுண்ணமும் பூசப்பட்ட சுவரும் அடக்கமான கோபுரமும் அதற்குப் பொருந்தாத ஒலிபெருக்கியும் சற்று மிகையான சத்தத்தில் சுப்ரபாதமும்...

நெஞ்சுக்குள் மறுபடி ஏதோ பொங்கிற்று. “இங்கேயே நிறுத்து. நான் இறங்கிக்கிறேன்.”

ஒரு குலுக்கலுடன் ஆட்டோ நின்றது. அவள் பணத்தைக் கொடுத்துவிட்டுத் தன் சின்னப் பையைத் தூக்கிக் கொண்டு நடந்தாள்.

வலப்புறம் திரும்பியவுடன் தொடங்கும் தெருவில் இருக்கிறது வீடு. இருபது வருஷங்களின் கனவுகளையும் பிரமைகளையும் லட்சியங்களையும் அடக்கிக்கொண்டிருக்கும் வீடு. இடப்புறம் திரும்பி நீள நடந்தால் பஸ் நிலையம் வரும். பள்ளிப் பருவத்திலிருந்து கல்லூரி முடியும் வரை அவளது பாதம் பதிந்த இடம். இந்தத் தெருக்களின் ஒவ்வோர்

அங்குலமும் அவளுக்குப் பரிச்சயமானது. அந்தரங்க சினேகமானது.

இந்த இடத்தை விட்டுக் கிளம்பிப்போய் ஒரு வருஷமாகிவிட்டது என்று நம்பக் கஷ்டமாக இருந்தது. எப்படி இந்தச் சினேகிதத்தையெல்லாம் மறந்திருந்தேன்!

முனை திரும்பியவுடன் ஓர் எதிர்பார்ப்பில் மனசு படபடத்தது. தெரு இன்னும் முழுவதும் விழித்துக்கொள்ளவில்லை. நாலாவது வீடு அவள் வீடு - அவளுக்கு நினைவு தெரிந்த நாளிலிருந்து அந்த வீதியில் முதலில் கோலம் விரிவது அந்த வீட்டு வாசலில்.

இன்றும் விரிந்து கொண்டிருந்தது. குனிந்த நிலையில் அம்மா தீவிரமாக வேகமாகப் புள்ளிகள் வைப்பது தெரிந்தது. அவற்றுக்கு முன்னும் பின்னும் கோடுகளை லாகவமாக இழுத்து நிமிஷ நேரத்தில் சித்திரம் வரைந்த திருப்தியில் நிமிர்ந்தவள் எதிரில் நின்ற அவளைக் கண்டு திடுக்கிட்டாள். மின்னலாய்த் திகைப்பும் சந்தோஷமும் பார்வையில் பளிச்சிட்டன.

"என்னடி நந்து, திடுதிப்புனு ஒரு கடுதாசி போடக் கூடாது? ரயிலடிக்கு யாரையாவது அனுப்பியிருப்பேனோல்லியோ? வா வா!"

குனிந்து கோலம் போட்டதில் அம்மாவின் கன்னங்களில் அதிகச் சிவப்பேறியிருந்தது. அவளை எதிர்பாராமல் பார்த்த சந்தோஷத்தில் பளபளத்தது. கண்களின் காதோர விளிம்பில் மெல்லிய சுருக்கங்கள் கோடிட்டன.

பூரிப்பும் பெருமையும் கலந்த அம்மாவின் பார்வையை அந்தச் சிரிப்பைப் பார்க்கப் பார்க்கத் தொண்டையில் அவளுக்கு ஏதோ பாரமாக அழுத்திற்று. கண்களில் நீர் திரையிடுமோ என்று பயமேற்பட்டது.

"என்ன, இந்த ஒரு பெட்டிதானா? எப்படி வந்தே? ஸ்டேஷன்லேருந்து பஸ்ஸிலேயா வந்தே?"

"ஆட்டோவில் வந்தேன். தெரு முனையிலே இறங்கிட்டேன். திடும்னு சத்தமில்லாம உன் எதிரே நிக்கணும்னு தோணிச்சு."

அம்மா அவளை ஒரு வினாடி கூர்ந்து பார்த்துச் சிரித்தாள். "நல்ல பெண்ணடீ நீ மாப்பிள்ளை வரல்லியா?"

"இல்லே! அம்மா, பால் வந்தாச்சா? காப்பி கிடைக்குமா?"

"பேஷாக் கிடைக்கும்; நீ கால் அலம்பிட்டு வா."

நடுக்கூடத்தில் எதிர்த்த, பக்கத்து அறையிலும் சிறிசும் பெரிசுமாக அவர்கள் தலையிலிருந்து கால்வரை போர்த்துக்கொண்டு படுத்திருந்தார்கள். குரல் கேட்டு, லேசாகச்சலனம் சிலவற்றில் தெரிந்தது. இன்னும் ஐந்தரை மணிகூட ஆகவில்லை என்கிற உணர்வில் அதரங்களில் விரிந்த இயல்பான புன்னகையுடன் அவள் ஓசைப்படுத்தாமல் புழக்கடைக்குச் சென்றாள். காம்பவுண்டுச் சுவர் ஓரத்தில் இருந்த பிரும்மாண்ட மா மரம் முழுவதும் இள மஞ்சள் நிறத்தில் பூத்திருந்தது. புழக்கடையில் காலை வைத்ததுமே கம்மென்று மணத்தது. வெகு தாகத்துடன் அந்தச் சுகந்தத்தைச் சுவாசித்தபடி கிணற்றடியில் இருந்த தொட்டியிலிருந்து நீரை மொண்டு முகம் கழுவிக் கொண்டாள்.

இளம் காலைச் சிலுசிலுப்பும் மா மரமும் மஞ்சள் பூக்களும் தண்ணென்ற நீரும் இதுநாள்வரை உறங்கிப் போய்விட்ட, அல்லது மரணமடைந்திருந்த உணர்வுகளை உலுக்கி எழுப்பினாற்போல் உள்ளுக்குள் சிலிர்ப்பேற்பட்டது. முகத்தில் இறைத்த நீருடன் கண்களிலிருந்து உஷ்ணமாக வழிந்த நீர் கலந்து விழுந்தது - கட்டுப்படுத்த முடியாமல், தளை அறுபட்டது போல்...

இங்கு காற்றும் வானமும் நீரும் சத்தியத்தின் பரிமாணங்களாய் விசுவரூப தரிசனமாய் அகத்தையும் புறத்தையும் தாக்கின. கடந்த ஒரு வருஷ வாழ்க்கை அவற்றில் ஒட்டாத அர்த்தமில்லாத பொய்மையின் நிழல் என்பதாக.

''நந்தினி!''

அவள் சட்டென்று சுயநினைவுக்கு வந்து விழித்து நிமிர்ந்தாள்.

துவைக்கும் கல்லின்மேல் மன்னி பார்வதி உட்கார்ந்திருந்தாள்.

''எப்ப வந்தே? நீ வரப்போறேன்னு தெரியவே தெரியாதே!''

பார்வதியின் கண்கள் அவளை மேலும் கீழுமாக ஆராய்ந்தன. கழுத்தையும் காதையும் முகத்தையும் உடையையும் மேய்ந்தன. அந்தப் பார்வை மெல்லிய இழையாய்ச் சன்னப்படுத்தியது.

அவள் லேசாகச் சிரித்தாள். தோழமையுடன் பார்வதியின் தோள்மேல் கையை வைத்தாள்.

''என்னவோ, உங்களையெல்லாம் பார்க்கணும்னு ரொம்ப ஏக்கமாப் போயிட்டது. நம்ம வீட்டுக்கு வரதுக்கு முன்னறிவிப்புத் தேவையில்லேங்கிற நினைப்புல நினைச்ச உடனே கிளம்பிட்டேன்!''

''அதுசரி!'' என்று பார்வதி எழுந்தாள். ''உனக்கென்ன எங்களை மாதிரி பணத்துக்கு யோசிக்கணுமா என்ன? நினைச்சாப்பலே எங்கே வேணும்னாலும் கிளம்பலாம். ப்ளேன்லேதானே வந்தே?''

''இல்லே!'' என்றாள் அவள் ஆயாசத்துடன். ''நீங்கள்ளாம் எப்படி இருக்கீங்க மன்னி?''

''எப்படி இருக்கோம் பாரேன் ஒரு வருஷத்துக்கு முந்தி எப்படியிருந்தோமோ அப்படியேதான் இருக்கோம். இங்கெல்லாம் ஏதாவது மாறுதல் வருமா என்ன? இந்த வருஷம் தண்ணிக் கஷ்டம் இல்லே. அது ஒண்ணுதான் வித்தியாசம்.''

கல்லின் மீது இப்போது அவள் உட்கார்ந்து கொண்டு மன்னியை யோசனையுடன் பார்த்தாள்.

இந்த ஒரு வருஷத்தில் பார்வதி தடித்திருந்தாள். முகத்தில்கூட ஒரு தடித்தனம் தெரிந்தது. சிரிப்பற்ற கண்களில் இல்லாதவற்றுக்கான ஏக்கமும் மெல்லிய உதடுகளின் துடிப்பில் அந்த ஏக்கம் விளைவித்த நிஷ்டூரமும் இவளது பாத்திரத் தன்மைகளாய் அந்தத் தடித்தனத்தில் உறைந்திருந்தன.

"கிட்டுவும் ராதுவும் நன்றாகப் படிக்கிறார்களா மன்னி?"

"ஏதோ படிக்கிறார்கள். அவர்களேதான் படிச்சுக்கணும். நீ போனப்புறம் சொல்லித்தர்றதுக்கு ஆள் இல்லே. ட்யூஷன் வைக்கிறதுக்கு நமக்குச் சத்தியேது?"

"ட்யூஷன் எதுக்கு மன்னி வைக்கணும்?" என்றபடி அவள் எழுந்தாள். "நம்ம குழந்தைகளுக்கு அதுக்கெல்லாம் அவசியமில்லே"

"அவசயமிருந்தாலும் நம்மால் முடியாது. கோடி வீட்டுக் காமு பிள்ளைக்குக் கணக்குக்கும், இங்கிலீஷுக்கும் ட்யூஷன் வெச்சிருக்காங்க. ஒவ்வொண்ணுக்கும் நூறு ரூபா மாசத்துக்கு. என்னாலே முடியுமா சொல்லு!"

சளசளவென்று பட்சிகளின் ஆரவாரம் காதைத் துளைத்தது. மாமரத்தின் துளிர் இனங்களும் மஞ்சள் பூக்களும் பட்சிகள் அமர இடம் கொடுக்க அசைந்தன. மெல்ல மெல்ல விரிந்துவிட்ட சூரிய ரேகையில் பளபளத்தன.

அவள் மெல்லிய பரிதாபத்துடன் மன்னியைப் பார்த்தாள். அண்ணாவை நினைத்து அனுதாபமேற்பட்டது. எப்படிச் சமாளிக்கிறான் அவள் புலம்பல்களை?

"நந்தினி, காப்பி ரெடி"

"இதோ வரேம்மா."

அவள் ஒரு துள்ளலுடன் உள்ளே விரைந்தாள்.

சமையலறையில் எந்த மாற்றமும் இல்லை. வெள்ளையடிக்கப்படாமல் பழுப்பு நிறத்தில் அழுது வடிந்து

கொண்டிருந்தது. அலமாரிகளில் சீசாக்களுக்கிடையில் இருந்த காகிதங்களைக்கூட இந்த ஒரு வருஷத்தில் மன்னி மாற்றவில்லை என்று தோன்றிற்று.

அவள் கீழே அமரப் போகையில், "இந்தப் பலகையைப் போட்டுக்கொண்டு உக்காரு நந்து. புடவை அழுக்காயிடும்." என்று அம்மா பலகையைப் போட்டாள். ஆவி பறக்கும் காப்பியை அவள் முன் வைத்தாள்.

அவள் ஆர்வத்துடன் ஒரு வாய் பருகி, "காப்பி ரொம்ப நன்றாயிருக்கும்மா" என்றாள். "உன் கைச்சாப்பாட்டுக்கும் காப்பிக்கும் நான் எப்படி ஏங்கிப் போயிட்டேன். தெரியுமோ?"

அம்மா பதிலுக்குச் சிரித்த சிரிப்பில் பரிவும் விசனமும் இழையோடின.

அடுப்பைப் பார்த்தபடி, "என்ன சாப்பாடோ!" என்று முணுமுணுத்தாள். "வக்கணையா எதைச் செய்ய முடிகிறது? தண்ணிக் காப்பியும் நீர் மோரும் பாதி நாள் நெய்யில்லாச் சாப்பாடும்..."

"இதுக்கிருக்கிற ருசி வேறெதிலேயும் இல்லேம்மா நிச்சயமா..." குரல் உடைந்து போயிற்று. கண்களில் குபுக்கென்று நீர் நிறைந்தது.

அம்மா சட்டென்று அவளைக் கூர்ந்து பார்த்தாள். தோளைப் பிரியத்துடன் வருடினாள். "இங்கேயே இருந்திருந்தியானா உனக்கும் அலுத்துப் போயிருக்கும். குளிச்சிட்டிருக்கியோ?"

ஆகாசத்திலிருந்து சரேலென்ற பூமிக்கு இழுத்தாற்போல் மனசு அதிர்ந்தது. தொடர்ந்து சுழல் சுழலாகப் பல அதிர்வுகளின் நினைவுகள் சக்கர வட்டம் அடித்தன.

"இருக்கேம்மா." என்று அவள் எழுந்தாள். "கிட்டுவையும், ராதுவையும் போய் எழுப்பறேன்."

கூடத்துப் பெஞ்சில் படுத்திருந்த அப்பா போர்வையைக் கீழிறிக்கிக் கூர்ந்து பார்த்தார். "யாரது, நந்தினியா?"

"ஆமாம்பா."

"எப்பம்மா வந்தே?"

"இப்பத்தாம்பா."

அவர் விருக்கென்று எழுந்து உட்கார்ந்தார். பரபரப்புடன், "மாப்பிள்ளை வந்திருக்காரா?" என்றார்.

"இல்லேப்பா. நான் மாத்திரம்தான் வந்திருக்கேன். உங்களையெல்லாம் பார்க்கணும்னு ரொம்ப ஏக்கமாகப் போச்சு. திடீர்னு நினைச்சுட்டுக் கிளம்பி வந்தேன்."

"ரொம்ப சந்தோஷம்மா." என்று அப்பாவின் குரலில் சுவாரஸ்யம் குறைந்து போயிற்றோ என்று அவளுக்கு அனுமானம் ஏற்பட்டது. "ம்... மாப்பிள்ளை வரல்லியா? ஆமாம். அவருக்கு எத்தனை வேலையிருக்கும் நினைச்சாப்பலே வந்துட முடியுமா? ஒரு சாம்ராஜ்யத்தை நிர்வகிக்கிற பொறுப்பு மாதிரி அவரது..."

அவள் நகர்ந்து சற்றுத்தள்ளித் தரையில் தலை வரை போர்த்திப் படுத்திருந்த கிட்டுவையும், ராதாவையும் உலுக்கினாள்.

"ஏய் சோம்பேறிகளா! எழுந்திருங்க! இன்னும் என்ன தூக்கம்? யார் வந்திருக்கிறது பாருங்க?"

கிட்டு போர்வையை விலக்கிக் கண்ணை அரைகுறையாகத் திறந்தான். புலன்கள் முழுவதும் விழித்துக்கொள்ளப் பெரிதாகப் புன்னகைத்தான்.

ராதா விருக்கென்று எழுந்து உட்கார்ந்தாள். "ஹேய் அத்தை!" என்று அருகில் வந்து அணைத்துக் கொண்டாள். "இத்தனை நாளா ஏன் வரல்லே அத்தே?"

அவள் நெகிழ்ந்து போனாள். மாப்பிள்ளையைப் பற்றியும் திடுமென்று அவள் வந்து நின்றதைப் பற்றியும் இவர்களுக்கு கவலையில்லை.

அவள் மகிழ்ச்சியுடன் அவர்களை அணைத்துக் கொண்டாள்.

"இங்கேயே இருந்திடு அத்தே."

"உளறாதேடி" என்றான் கிட்டு பெரிய மனுஷத்தனமாய். "இந்த லீவுக்கு நான் வரப் போறேன் உங்க டில்லிக்கு."

"நானும் அத்தே!"

"சரி. வரலாம். இப்ப முதல்ல எழுந்து பல்லைத் தேயுங்க. ஸ்கூலுக்குக் கிளம்ப வேண்டாமா? சாயந்திரமா ஏதாவது சினிமாவுக்குப் போகலாம்!"

இரண்டு பேர் முகத்திலும் பளீரென்று உற்சாகம் பரவிற்று.

"நான்தான் சினிமாவை ஸெலக்ட் பண்ணுவேன்!"

"ஓ.கே! ஓ.கே!"

"நந்தினியா என்ன திடீர்னு? மாப்பிள்ளை வரல்லியா?"

அவள் திரும்பினாள். அண்ணா கோபாலி காப்பி டம்ளருடன் பெஞ்சில் உட்கார்ந்தான். தலை அதிகமாக நரைத்திருந்தது. சட்டையில்லாத வெற்று மார்பில் எலும்புக்கூடு துருத்திக்கொண்டு நின்றது. அவனைப் பார்க்கும்போதெல்லாம் ஏற்படும் அனுதாபமும் இரக்கமும் சற்றுமுன் மன்னியின் பேச்சைக் கேட்டதன் விளைவாய் அதிகமாக ஏற்பட்டது.

"வரல்லே. எப்படி இருக்கே அண்ணா?"

"இருக்கேன். ஏதோ ஓடிட்டிருக்கு வண்டி."

"இளைச்சுப் போயிருக்கே!"

கோபாலி அவளை நிமிர்ந்து பார்த்துச் சிரித்தான். ஒட்டிய முகத்தில் பற்கள் பெரிதாகத் தெரிந்தன. உதட்டின் வளைவில், கீழிறங்கிப்போன பார்வையில் ஒரு கையாலாகா தனம் தயங்கி நின்றது.

"வருவாய் பெருகாதபோது உடம்பு பெருக்குமா?"

அவள் சங்கடத்துடன் அவனைப் பார்த்தாள்.

''கிட்டுவுக்காவது தலையெழுத்து நன்றாயிருக்கணும். உன்னைத்தான் நம்பிட்டிருக்கேன்.''

அவள் திடுக்கிட்டு நிமிர்ந்தாள்.

''அவன் படிப்பு முடிஞ்ச கையோட உங்க புருஷனின் ஒரு கம்பெனியில் சேர்த்துக்கொண்டுட்டா கவலையில்லாம இருக்கும்.''

அவளுக்கேற்பட்ட திகைப்பில் சிரிப்பு வந்தது. ''கிட்டு இப்பத்தான் எட்டாவது படிக்கிறான் அண்ணா!''

''இப்பவே பிடிச்சுத்தான் யோசிக்கணும்.'' என்று மன்னி இந்தத் தருணத்திற்குக் காத்திருந்தவள் போல் நுழைந்தாள். ''எங்களை மாதிரி நிலைமையிலே இருக்கிறவர்களுடைய கவலையெல்லாம் உனக்கு இப்ப புரியாது. ராதுவுடைய கல்யாணத்தைப்பத்தி எனக்கு இப்பவே கவலைன்னா உனக்குச் சிரிப்பு வரும்.''

மன்னியின் நிஷ்டூரத்தில் நிறைய எதிர்பார்ப்புத் தொனித்தது. அண்ணா நேரடியாகச் சொன்னதை இவள் பார்வையிலேயே தெரிவிக்கிறாள் என்று புரிந்தது.

கிட்டுவும் ராதுவும் ஸ்கூலுக்குக் கிளம்பி, அண்ணா ஆபீசுக்குப் புறப்பட்டுப் போனதும், மன்னி மளிகைக் கடைக்குச் சென்றாள். அப்பா குளிக்க நுழைந்ததும் அம்மா அவளைச் சாவதானமாகக் கேட்டாள்.

''கொஞ்ச நாள் இருப்பியோ இல்லியோ நந்தினி?''

அம்மாவைப் பார்க்கத் தைரியமில்லாமல் மரத்துப் பட்சிகளைப் பார்த்து அவள் தயக்கத்துடன் சொன்னாள், ''இனிமே இங்கேயே இருந்துடலாம்னு வந்திருக்கேம்மா.''

***

அத்தியாயம்

2

அம்மாவின் முகத்தில் அப்பட்டமான அதிர்ச்சி தெரிந்தது. பரிவும் பூரிப்பும் இருந்த கண்களில் எதிர்பாராமல் தாக்கப்பட்டாற்போல் பீதியும் திகைப்பும் தெரிந்தன.

"என்னடீ நந்து? என்ன சொல்றே நீ?" இப்படியெல்லாம் சொல்லாதே. என் கனவுகளைக் கலைக்காதே என்று குரல் தீனமாக ஒலித்தது.

'ஓ, இவளுக்கு நான் ஏமாற்றமளிக்க வேண்டியிருப்பது என்னுடைய துர்ப்பாக்கியம்' என்று நந்தினிக்குத் துக்கமேற்பட்டது.

அவன் மறுபடி பட்சிகளைப் பார்த்தபடி சொன்னாள். "என்னாலே அந்த மனுஷனோடு இருக்க முடியாதும்மா."

அம்மாவின் கண்கள் அகல விரிந்தன. கல்லாகச் சமைத்து போயிருந்த முகம் மீண்டும் ரத்த ஓட்டம் அடைந்து சீற்றத்தைக் காண்பித்தது. "உனக்கென்ன பைத்தியம் பிடிச்சுப்போச்சா இப்படிச் சொல்றதுக்கு? பிரபு நம்ம வீட்டு மாப்பிள்ளையா வந்ததே எதிர்பார்க்காமே லாட்டரிச் சீட்டு விழுந்த மாதிரி அதிர்ஷ்டம்னு நான் நினைச்சிட்டிருக்கேன் எப்படிப்பட்ட குண்டைத் தூக்கிப் போடறே நீ அனாயசயமாக!"

நந்தினிக்குத் துக்கம் தொண்டையை அடைத்தது. கண்களில் நீர் படர்ந்தது. அதை மறைக்கத் தலையைக்

குனிந்துகொண்டு மெல்லிய குரலில் சொன்னாள். ''நான் எத்தனை கஷ்டப்பட்டுக்கொண்டு இந்த வார்த்தைகளைச் சொல்றேன்னு உனக்குத் தெரியாதும்மா!''

அம்மா சில வினாடிகள் மௌனத் திகைப்பில் நின்றாள். ''எனக்குப் புரியத்தான் இல்லே நந்து! ஆள் ராஜாவாட்டம் இருக்கான். கொள்ளைப் பணக்காரன். கை சொடுக்கினால் அவனுக்கு ஆயிரம் பெண்கள் கிடைப்பார்கள். அப்படியிருக்கிறவன் உன்னை இஷ்டப்பட்டுக் கல்யாணம் பண்ணிட்டிருக்கான். அந்த மனுஷனோடு இருக்கறதா கஷ்டம்ங்கிறே?''

அவள் பேசாமல் தலையைக் குனிந்தபடி அம்மாவுக்கு எப்படிச் சொன்னால் புரியும் என்கிற கவலையில் ஆழ்ந்தாள்.

அம்மா சொன்னாள்: ''கப்பல் மாதிரி அவன் காரை ஓட்டிக்கொண்டு வந்து இறங்கி நடுக்கூடத்திலே வந்து நின்னப்ப அவனை உக்காரச் சொல்ல நம்ம வீட்டிலே நாற்காலியில்லே! இங்கேர்ந்து கொண்டு போய் உன்னைக் கோபுரத்திலே வெச்சிருக்கான்னு நான் சந்தோஷப்பட்டுக் கொண்டிருக்கேன். கொஞ்சமும் யோசனை பண்ணாம திரும்பி வந்துட்டேன்கிறியே! எனக்கு மனசு எப்படிப் பதைக்கிறதுன்னு உனக்குத் தெரியுமோ?''

''வெறும் பணத்தினாலே சந்தோஷமாக இருந்துட முடியும்னு நீ நினைக்கிறியாம்மா?''

''பணம் ரொம்ப முக்கியம் சந்தோஷத்துக்கு. இல்லேன்னா சதாசர்வதா இந்த அல்ப வயத்தைப்பத்தின கவலையிலேயே ஜன்மம் பூரா கழிஞ்சுடும்! பணம் இருந்தும் உனக்குச் சந்தோஷமா இருக்கத் தெரியல்லேன்னா அது உம்மேலதான் தப்பு''

அம்மாவுக்குப் புரியாது என்கிற சோர்வில் அவள் மௌனமாகக் கொல்லைத் தாழ்வாரத்தில் விரிந்திருந்த மா மரத்தின் நிழலை வெறித்துப் பார்த்தாள்.

அம்மா தொடர்ந்து மாப்பிள்ளையின் பணப் பெருமைகளை அளந்தாள். நந்தினி காதில் எதுவும் விழவில்லை சுவாரஸ்யம் இழந்து மனசு தனித்து நின்றது.

“பணம் இல்லேன்னா சதாசர்வதா இந்த அல்ப வயத்தைப்பத்தின கவலையிலேயே ஜன்மம் பூராக் கழிஞ்சுடும்!”

அவளுக்குச் சிரிப்பு வந்தது.

அல்ப வயிறு...

வயிற்றைப் பற்றிக் கவலைப்படுவது கேவலமான விஷயமில்லை என்று அம்மாவுக்குப் புரியாது. வயிறு நிறைந்துவிட்ட திமிரில் நாடிப் போகும் கேவலங்களைப் பற்றி இவளுக்குத் தெரியாது. கேவலம் என்ற பிரக்ஞை இல்லாத நிலைக்கு மூளையும் மனசும் ஆத்மாவும் மரத்துப் போய்விடும் பயங்கரத்தைப் பற்றித் தெரியாது...

“இந்த மாதிரி ஒரு அதிர்ஷ்டம் யாருக்குக் கிடைக்கும்னு தெருவே பொறாமைப்படறது!” அம்மா குரலைத் தாழ்த்திக்கொண்டு சொன்னாள். “பார்வதிக்கே என்ன பொறாமைங்கறே! ஒரு வாரம் இங்கே இருந்து பாரு. அப்ப தெரியும் எல்லாருடைய பவிசும்!”

“எனக்குப் புதிசா எதுவும் தெரிய வேண்டியதில்லேம்மா. நிலைமையெல்லாம் புரிஞ்சு கொண்டேதான் வந்திருக்கேன். உங்களுக்கெல்லாம் நான் பாரமா இருக்கமாட்டேன். ஏதாவது வேலையிலே சேர்ந்துடறேன்.”

அம்மா திடுக்கிட்டவள் போல் அவளைப் பார்த்தாள். “என்னடி நந்தினி இப்படிக் குழந்தையாட்டம் பேசறே? சம்பாதிச்சா மாத்திரம் இந்த வீட்டிலே மதிப்போடு இருக்க முடியும்னு நினைக்கிறியா? நானும் உங்கப்பாவும் இங்க படற பாட்டுக்கு...! வேற நாதியில்லேன்னுதான் இங்க உக்காந்திருக்கோம் தெரியுமோ? இத்தனை காரியம்

செய்யறேனே, உடம்பு முடிஞ்சா செய்யறேன்? தண்டச்சோறு சாப்பிடறேன்னு சொல்லப் போறாங்களேன்னு பயந்து கொண்டு செய்யறேன்! காலையிலேயிருந்து படுக்கப்போற வரைக்கும் புருஷனும் பொண்டாட்டியும் இல்லாப் பாட்டைப் பாடிக் கொண்டிருக்கா. இந்த லட்சணத்திலே நீ வேற இப்படி வயத்தைக் கலக்கிற மாதிரி பேசறே!'' அம்மாவின் கண்களிலிருந்து கரகரவென்று நீர் வழிந்தது. என்னால் எந்த அதிர்ச்சியையும் தாங்கிக்கொள்ள முடியாது என்கிற பீதி வெளிப்பட்டது.

அவள் அம்மாவின் கைகளைப் பற்றி மிருதுவாகச் சொன்னாள். ''நீயும் நானும் அப்பாவும் தனியா ஒரு வீட்டிலே இருப்போம். நான் உங்களைச் சந்தோஷமா வெச்சுப்பேன்.''

அம்மா அதிர்ந்து போய், அவளைப் பார்த்தாள். ''மாப்பிள்ளையே உன்னைப் பிறந்த வீட்டுக்குப் போயிடுன்னு - அனுப்பிச்சிட்டாரா நந்து?''

அந்தக் குரலிலிருந்த நடுக்கமும் அதன் ஊடே தொனித்த பயமும் நந்தினியை உலுக்கின. ''இல்லேம்மா நானாய்த்தான் வந்தேன்''

அம்மாவின் முகத்தில் இறுகியிருந்த தசைகள் இளகின.

''நல்ல வேளை! நான் என்னவோ ஏதோன்னு பயந்தேன். இந்த அசட்டுப் பிடிவாதத்தையும் பேச்சையும் விடு. எங்கிட்ட சொன்ன மாதிரி உங்க மன்னிகிட்ட உளறி வைக்காதே. ஊர் பூரா தண்டோராப் போட்டுவிடுவாள். அப்புறம் வாசல்லே கோலம் போடக்கூட என்னாலே இறங்க முடியாது. இரண்டாம் பேர் அறியாம பத்து நாள்லே ஊருக்குக் கிளம்பிப்போ!''

தன்னுடைய கௌரவப் பிரச்சினையைப் பற்றியே அம்மாவுக்கு அதிகக் கவலை என்கிற விசனம் அவளுக்கு ஏற்பட்டது. ''நான் எதனாலே இப்படி ஒரு தீர்மானத்தோடு கிளம்பி வந்தேன்னு தெரிஞ்சுக்க உனக்கு ஆர்வமில்லையாம்மா?''

அம்மாவின் முகத்தில் சட்டென்று ஒரு மென்மை படர்ந்தது. "நீ புதுசா என்ன சொல்லிடப்போறே! காலம் காலமா வருகிற கதைகள்லே ஒண்ணைச் சொல்லப் போறே எத்தனையோ தினுசு படுத்தல்களிலே ஒண்ணாயிருக்கும். பெண்டாட்டி அழகினால் சந்தேகப்படற புருஷன், கஞ்சத்தனத்தினாலே உசிரை வாங்கற புருஷன். இன்னொரு பெண்ணோடு சினேகம் வெச்சுக்கிற புருஷன்... இதிலே ஏதாவது ஒண்ணா உன் புருஷன் இருப்பான்..."

நந்தினி தலையைக் குனிந்து கொண்டாள். வெகு சுலபமாக இந்தத் தீவிர விஷயங்களை, விடை தேட வேண்டிய அவசியமில்லை என்று நினைப்பவள்போல் அம்மா ஒதுக்குவது அவளுள் ஒரு சீற்றத்தை எழுப்பிற்று. "காலங்காலமா வாயை மூடிட்டிருக்கிற மாதிரி என்னையும் மூடிட்டு இருக்கச் சொல்றே! சுரணகெட்டு, மானங்கெட்டு இருக்கச் சொல்றே!"

அம்மா அவள் முதுகை வருடினாள். "புருஷன் பெண்டாட்டிக்கு நடுவிலே மானமும் சுரணையும் எங்கே வந்தது? புருஷனைத் திருத்த முடிஞ்சா உன் அதிர்ஷ்டம். இல்லேன்னா சமாளிச்சுக்கொண்டு நிமிர்ந்து நிக்கறது விவேகம்..."

அவள் வெறுமையாக ஆகாசத்தைப் பார்த்தாள். "அம்மா, உனக்கும் மன்னிக்கும் என் கஷ்டம் புரியாது. அப்பா மாதிரி ஒரு நல்ல புருஷனை அடைஞ்ச உனக்கு நீ சொல்ற உதாரணங்களைப்பத்தி மேலெழுந்தவாரியாத்தான் தெரிஞ்சிருக்கும். அண்ணாகிட்டே பணம் காசு இல்லாட்டாலும் மன்னி மேலே ஆத்மார்த்தமான பிரியமும் விசுவாசமும் உள்ளவன்."

அம்மா மெல்லக் கேட்டாள். "மாப்பிள்ளைக்கு உம்மேலே பிரியம் இல்லைங்கறியா?"

அவள் உதட்டைப் பிதுக்கித் தலையை அசைத்தாள்.

"என்னடி சொல்றே? பிரியம் இல்லாமத்தான் அத்தனை ஆசைப்பட்டுத் தானாகவே வந்து செலவழிச்சு உன்னைக் கல்யாணம் பண்ணிக்கொண்டாரா?"

"அதுக்கெல்லாம் பிரியம்னு பேரில்லை. மோகம்னு பேரு."

"இந்த உறவோட அஸ்திவாரமே மோகம்தான். அதை ஸ்திரப்படுத்திக்கிறது உன் கையிலே இருக்கு."

அவள் அலுப்புடன் எழுந்தாள். "நீ சினிமா வசனம் மாதிரி பேசறேம்மா. இதெல்லாம் அவ்வளவு சுலபமில்லே!"

நிராசையில் கண்களிலிருந்து நீர் சுரந்தது.

அவளது கண்ணீரை ஒரு கையாலாகாத்தனத்துடன் அம்மா பார்த்துக்கொண்டு நின்றாள். "குடும்பம்னா எத்தனையோ கஷ்டம் இருக்கும். நல்லது பொல்லாது இருக்கும்... பொம்பளைக்குப் பொறுமை இல்லேன்னா..."

"அம்மா. ப்ளீஸ். விடேன்! இந்த டயலாக்கெல்லாம் பேசறது சுலபம்!"

அம்மாவுக்கு லேசாகக் கோபம் வந்திருப்பது குரல் உயர்ந்ததில் தெரிந்தது. "இருபத்தொரு வயசுப் பெண்ணுக்கு நான் இன்னும் எப்படிப் புத்தி சொல்ல முடியும்? ஒரு வருஷம்தான் ஆறது. புருஷனைப்பத்தி சகலமும் தெரிஞ்சு கொண்டுவிட்டாயா? அவன் திருந்தமாட்டான்னு நிச்சயம் பண்ணிட்டியா? அங்கிருந்து முறிச்சிட்டு வந்துட்டேன்; இங்கேயே இருக்கப் போறேன்னு சொல்றியே. உன் முடிவு எங்களையெல்லாம் எப்படிப் பாதிக்கும்னு யோசிச்சுப் பார்த்தியா? வயசான காலத்திலே எனக்கும் அப்பாவுக்கும் துக்கத்தைக் கொடுக்கப் போறியா?"

"நான் அங்கே துக்கப்பட்டால் நீ இங்கே சந்தோஷமா இருப்பியா?" என்றாள் அவள் வெடுக்கென்று. "உனக்கு என்னுடைய துக்கம் என்னன்னு தெரிஞ்சுக்க

ஆசையில்லே. என்னுடைய வரவாலே என்ன பிரச்னைகள் வருமோன்னுதான் பயம் உனக்கு. பெரிய இடத்திலே சம்பந்தம் பண்ணியிருக்கோம்ங்கிற பெருமை குலைஞ்சு போயிடும்னு பயம்.''

அம்மா உடைந்து போனவள்போல் பதில் சொல்லத் தெரியாத தோல்வியில் அழுதாள்.

'லொடக்'கென்ற சத்தத்துடன் குளியலறைத் தாழ்ப்பாள் திறந்து அப்பா வெளிப்பட்டார்.

''மீனு, சந்தி பண்ண ஜலம் வெச்சிருக்கியா?''

''இதோ வைக்கிறேன்!'' என்று கண்ணைத் துடைத்துக்கொண்டு அம்மா உள்ளே சென்றாள்.

''என்னது, அழுதியா என்ன?'' என்று அப்பா கேட்டது காதில் விழுந்தது.

''ஒண்ணுமில்லே. முதல் முதல்லே குழந்தை வீட்டுக்கு வந்திருக்கா. ஒரு புடவை வெச்சுக் கொடுக்கக்கூட வக்கில்லாமே இருக்கோம்னு வருத்தமாயிருக்கு.'' என்றாள் அம்மா.

''சரிதான். நீ புடவை கொடுக்கலேன்னுதான் அவளுக்குக் குறையாக்கும். வந்திருக்கிற பெண்ணோடு சந்தோஷமாப் பேசாமே உன்னுடைய இல்லாப்பாட்டை அவகிட்டப் பாடறியா? அவளுக்கு இந்த வீட்டைப்பத்தித் தெரியாதா? அவளாவது சௌகரியமா இருக்காளேன்னு நான் நிம்மதியா இருக்கேன்.''

நந்தினி புழக்கடைக் குறட்டிலிருந்து எழுந்தாள். கூடத்தை ஒட்டினாற்போல் இருந்த சின்ன அறையில் பாயை விரித்துப் படுத்துக் கொண்டாள். சற்று நேரம் கண்களிலிருந்து நீர் அடக்க முடியாமல் பொங்கிப் பொங்கி வழிந்தது.

சோர்வில் அவளை அறியாமல் தூக்கம் கண்ணை ஆழ்த்தியபோது, ''தூங்கறியா என்ன?'' என்றபடி பார்வதி வந்தமர்ந்தாள்.

''இல்லே மன்னி. உட்காருங்கோ.'' என்று பாயில் ஒதுங்கி இடம் விட்டாள்.

பார்வதி அவளைத் தீவிரமாக ஆராய்ந்தாள்.

''என்னதான் சொல்லு. வாழ்க்கை சௌகரியமா இருந்தா, உடம்பிலே ஒரு மினுமினுப்பு ஏற்படத்தான் செய்யறது. முன்னைக்கு இப்போ அழகும் பளபளப்பும் கூடியிருக்கு. ராஜாத்திங்கும்படியா ஒரு தோரணை தெரியுது.''

நந்தினி கூச்சத்துடன் சிரித்தாள். ''எனக்கொண்ணும் தெரியல்லே மன்னி. நான் ஏதும் மாறியிருக்கிறதா எனக்குத் தோணலே.''

''ஒரு வருஷம் கழிச்சுப் பார்க்க எனக்கு வித்தியாசம் தெரியறது. டில்லி வாழ்க்கை எப்படியிருக்கு? தினமும் பார்ட்டி, கச்சேரின்னு சுத்திட்டிருப்பே!''

பதிலை எதிர்பார்த்துக் கேட்ட கேள்விகளாகத் தெரியவில்லை. இதற்கெல்லாம் பதிலை ஏற்கெனவே மன்னி தீர்மானித்து அவற்றை நம்புகிறாள் என்று தோன்றிற்று. அவளுக்குச் சிரிப்பு வந்தது. கல்யாணத்திற்கு முன்பும் இவளுடன் ஒரே நிலையில் சம்பாஷிக்க முடிந்ததில்லை என்று நினைவுக்கு வந்தது.

''புதுசா ஏதாவது புடவை வாங்கிக் கொண்டாயா?''

அவள் பதில் சொல்வதற்கு முன் பார்வதி தொடர்ந்தாள். ''உனக்கென்ன குறைச்சல்? நீ கேட்காமலேயே உன் புருஷன் ஆசை ஆசையா வாங்கிக் கொடுப்பார். நானும் பாரு மதுரைச் சுங்குடிப் புடவை வாங்கணும்னு ரொம்ப நாளா ஆசைப்படறேன். ஆசைப்பட்டா மட்டும் போதுமா? ராதுவும் கிட்டுவும் ஆசைப்படறதையே என்னாலே வாங்க முடியல்லே. டில்லியிலே நல்ல ரெடிமேட் கிடைக்குங்கறாங்களே?''

''ஆமாம் மன்னி. கிடைக்கும். நான் திடீர்னு கிளம்பினதிலே கடைக்குப் போக நேரம் இருக்கல்லே''

மன்னியின் முகத்தில் சட்டென்று சுவாரஸ்யம் வழிந்து போயிற்று. "அதனாலே என்ன? அடுத்த தடவை வரும்போது வாங்கிட்டு வந்தா போயிற்று." என்று ஏமாற்றத்துடன் இழுத்தாள்.

பணக்காரியாக இருந்திருந்தால் இவருடைய சுபாவம் எப்படியிருந்திருக்கும் என்று ஒரு வினாடி. நந்தினிக்கு யோசனை ஏற்பட்டது. நிச்சயம் இவள் விரும்பத்தக்க பெண்மணியாக உற்சாகமாக இருந்திருப்பாள் என்று தோன்றிற்று. இவளுடைய எதிர்பார்ப்புகளும் ஆசைகளும் சிறியவை. குழப்பமில்லாதவை. சாத்தியத்திற்குட்பட்டவை.

மாலையில் சினிமா கொட்டகைக்குள் நுழையுமுன் கடைக்குச் சென்று மன்னி ஆசைப்பட்ட சுங்குடிப் புடவையும் கிட்டு, ராதாவுக்கு ரெடிமேட் உடைகளும் வாங்கித் தந்தபோது அவர்கள் முகத்தில் ஏற்பட்ட சந்தோஷத்தைப் பார்த்து அல்ப திருப்தி ஏற்பட்டது. அவர்களது வெளிப்படையான மகிழ்ச்சியைக் கண்டு பரிதாபமேற்பட்டது.

இரவு வெகு நேரம் தூக்கம் வராமல் அவள் புரண்டாள். அம்மாவின் குரல் மெலிதாகக் கேட்டது. "நந்து, என்ன சமாசாரம் சொல்லு! என்ன துக்கம் உனக்கு?"

அவள் ஆயாசத்துடன் கண்களை மூடிக் கொண்டாள்.

"வேண்டாம்மா. உனக்குத் தெரிய வேண்டிய அவசியமில்லே. சொன்னால் நீ புரிஞ்சுப்பேன்னு தோணலை. ஏன்னா, நீயே ஒரு ஜெயிலுக்குள்ளே இருக்கே" என்றாள் நந்தினி.

***

அத்தியாயம்

3

"**கௌ**ஸல்யா ஸுப்ரஜா ராமா பூர்வா சந்தியா பிரவர்த்ததே..."

நினைவும் விழிப்புமாக இருந்த புலன்கள் சரேலென்று விழித்துக் கொண்டன. நந்தினி கண்ணைத் திறந்து பார்வையைச் சுழற்றினாள். முகத்துக்கு நேர் மேலே கொடியில் உலர்த்தியிருந்த சின்னாளபட்டிப் புடவையும் ஸ்னோஸெம் இல்லாத, வெள்ளைகூடப் பல வருஷங்களாகக் காணாத சுவர்களும்,

ஓ... இது தில்லி இல்லை என்கிற நினைப்பு மனத்தைச் சற்று லேசாக்கிற்று. அவள் மீண்டும் கண்களை மூடிக் கொண்டாள். இந்தத் தருணத்து நிம்மதி சாஸ்வதமாகிப் போனால் எத்தனை நன்றாக இருக்கும்!

நேற்று அம்மா வந்து அருகில் படுத்துக் கொண்டதும் அவளிடமிருந்து விஷயத்தைக் கிரகிக்க முயன்றதும் நினைவுக்கு வந்தன. அவளிடமிருந்து வெளிப்பட்ட அலுப்பு அம்மாவுக்குச் சந்தோஷத்தை அளிக்காவிட்டாலும் அவள் தனது எண்ணத்தைப் பற்றி மீண்டும் பேசாதது நிம்மதி அளித்திருக்கும்.

அவளுக்கு நினைக்க நினைக்க ஆச்சரியமும் அதிர்ச்சியும் ஏற்பட்டன.

அவள் பிறந்த இடத்திலேயே அன்னியமாகிப் போய்விட்டாள்! எத்தனை விசித்திரமான திருப்பம் இது? இனிமேல் உனக்கு இடமில்லை என்பதை அம்மா தன் கண்ணீரிலும் முதுகெலும்பற்ற ஸெண்டிமென்ட்டல் வசனத்திலும் தெளிவுபடுத்திவிட்டாள்.

இருபது வருஷங்கள் இவர்களுள் ஒருத்தியாக இருந்திருக்கிறேன். இந்த ஒரு வருஷ இடைவெளிக்குள் வேற்று மனுஷியாகப் போய்விட்டேன். அப்படியிருந்தால்தான் இவர்களுக்கு நிம்மதி...

பின் இந்த ரத்த சம்பந்தத்துக்கு என்னதான் அர்த்தம்?

"உத்திஷ்டோத்திஷ்ட கோவிந்த உத்திஷ்ட கருடத்வஜ..." அவள் எழுந்தாள். பாய்க்குள் தலையணையைச் சுருட்டி வைத்து லேசாகத் திறந்திருந்த வாயிற்கதவை நன்றாகத் திறந்து வெளியில் வந்ததும் கோவிலிலிருந்து சுப்ரபாதம் பலமாக ஒலித்தது.

கோலம் போட்டுக் கொண்டிருந்த மீனு நிமிர்ந்தாள். பார்வையில் மிக மெல்லிதாகக் கவலை இழையோடியது.

"என்ன, இத்தனை சீக்கிரம் எழுந்துண்டுட்டே?"

"முழிப்பு வந்துடுத்து. எழுந்திருக்கணும்னுதானே சுப்ரபாதத்தை வைக்கிறா!"

அம்மா மறுபடி குனிந்து கோலத்தைப் பூர்த்தி செய்வதில் முனைந்தாள்.

"இது காதிலேயே விழாத மாதிரி இழுத்துப் போர்த்துண்டு தூங்கறவா இல்லையா?"

அவள் சற்று நேரம் மௌனமாய் அம்மாவின் விரல்களிலிருந்து இரண்டிரண்டாய் வெளிப்பட்ட கோடுகளை ஆராய்ந்தாள்.

"உனக்கு அது பிடிக்காதே?" என்றாள் மெல்ல.

"ஆமாம். எனக்குப் பிடிச்சதையும் பிடிக்காததையும் பற்றி இங்கே யாருக்குக் கவலை?"

"எனக்குக் கவலை!"

சட்டென்று அவளை நிமிர்ந்து பார்த்த அம்மாவின் கண்களில் யோசனை தெரிந்தது.

தூரத்தில் தெரிந்த கோபுரத்தைப் பார்த்தபடி அவள் மெல்லச் சிரித்தாள்.

"டில்லியிலே இருக்குற வரைக்கும் எனக்கு என்னைப் பற்றி மட்டும்தான் கவலை இருந்தது. இங்கே வந்தப்புறம் உங்க எல்லாருடைய கவலையும் என்மேல் பாரமா உட்கார்ந்துவிட்டது. இந்தப் பாரம்தான் ஜன்ம ஜன்மமாப் பொம்மனாட்டிகள் மேல் உட்கார்ந்திருக்குன்னு நினைக்கிறேன்..."

மீனு கோலக் கிண்ணத்தைக் கையில் ஏந்தியபடியே திண்ணையில் உட்கார்ந்தாள். நந்தினியின் கையைப் பற்றியபடி மெல்லிய குரலில் கேட்டாள்.

"என்ன விஷயம்னு எங்கிட்டச் சொல்லு நந்து."

"வேண்டாம்மா!" என்று அவள் சரேலென்று எழுந்தாள்.

"தெருத் திண்ணையிலே உட்கார்ந்து பேசற விஷயமில்லே இது!"

அவள் கதவைத் திறந்து கொண்டு புழக்கடைக்குச் சென்றபோது மீனுவும் பின்னாள் சென்றாள்.

"நீ பல் தேய். நான் காப்பி கலக்கிறேன்."

எந்த நிலையிலும் அம்மா யதார்த்தத்தை மறக்கமாட்டாள் என்கிற நினைப்பு அவளுள் லேசான எரிச்சலை ஏற்படுத்திற்று.

இன்னும் இருள் முழுவதும் விலகாத அந்த நேரத்துக் காற்று சிலீரென்று முகத்தில் அடித்தது. பட்சிகளின் ஆரவாரம் மிக மெல்லியதாக ஆரம்பித்திருந்தது. அவள் கிணற்றடித்

தொட்டியிலிருந்து நீரை மொண்டு மொண்டு முகத்தில் இறைத்துக் கொண்டாள். நீரில் மாம்பூவின் மணம் வந்தது.

"இந்தா காப்பி."

அவள் தலைப்பால் முகத்தைத் துடைத்துக் கொண்டு ஒரு பலவீனப் புன்னகையுடன் சொன்னாள்.

"ஏம்மா, நானே அங்கே வருவேனே?"

மீனு கிணற்றுச் சுவர் மேல் சாய்ந்து நின்றாள்.

"அங்கே வந்தால் மறுபடி ஒண்ணும் பேச முடியாது. பார்வதிக்குப் பாம்புச் செவி."

அவள் துவைக்கிற கல்லின்மேல் உட்கார்ந்தபடி சிரித்தாள்.

"உன்னுடைய பயங்களை நினைச்சா எனக்குச் சிரிப்பு வரதும்மா. அவளும் இந்த வீட்டைச் சேர்ந்தவள்தானே. ஏன் வித்தியாசப்படுத்தறே?"

"நான் வித்தியாசப்படுத்தலே. தன் புருஷனைத் தவிர பாக்கி எல்லாரும் அன்னியம்னு அவள் நடந்துக்கிறதினாலே, உன் கவலைகளைப் பற்றி அவளுக்கு அக்கறையிருக்காதுன்னு எனக்குத் தெரியும். உடனடியாக கோபாலிகிட்டச் சொல்லி ஊரைக் கூட்டி அமர்க்களப்படுத்திடுவாள்."

சூடாகக் காப்பி உள்ளே இறங்கியதும் நரம்புகளில் உஷ்ணம் பரவிற்று. என்ன சொல்லப் போகிறாளோ என்கிற கவலையுடன் நிற்கும் அம்மாவைப் பார்த்து அவளுக்குப் பரிதாபம் ஏற்பட்டது. சரியான நடுத்தர வர்க்கத்துப் பிரதிநிதி இவள். போலிச் சித்தாந்தங்கள் நிஜம் என்று நம்பி அண்டை அசலுக்குப் பயந்து பிறகு தன் நிழலைக் கண்டே பயந்து - இதுதான் விவேகம். கௌரவம் என்கிற போர்வையைப் போர்த்தி...

"நான் நேற்றுச் சொன்னதை நினைச்சு வருத்தப்பட்டுக்காதே நந்து. அவசரப்பட்டு எந்தக் காரியத்தையும் செய்யக்கூடாதுங்கற எண்ணத்திலே சொன்னேன்."

“நான் அவசரமே படல்லே. நான் இப்ப முடிவு எடுக்கல்லேன்னா...? சரி விடு. உங்கிட்டச் சொன்னா உனக்குப் புரியாது...”

“திருப்பித் திருப்பி இதையே சொல்லிண்டிருக்கே நந்து. நானும் பொம்மனாட்டிதானே!”

அவள் நிராசையுடன் தலையை அசைத்தாள். “மன்னி ஒரு விதத்திலே புரிஞ்சுக்க மாட்டான்னா. நீ இன்னொரு விதத்திலே புரிஞ்சுக்கமாட்டே. ஏன்னா நான் என்கிற தனி மனுஷியைவிட உனக்கு ஊரும் உலகமும் பெரிசு!”

“பெரிசில்லையா பின்னே நந்து.”

“இல்லே. தனி மனுஷாள்ளாம் சேர்ந்துதான் உன்னுடைய ஊரும் உலகமும்! என்னை மாதிரி ஒரு நிலைமையிலே இருக்கிறவ வாயை மூடிட்டு உட்கார்ந்து பழகிப்போன காரணத்தாலேதான் தப்பும் அநியாயமும் தப்பாகவே தோணாமே சகஜமாய்ப் போயிட்டுது.”

“விவரமாச் சொல்லு நந்தினி.”

கோபமும் துக்கமுமாக அவளுக்குச் சீறிக்கொண்டு வந்தது.

“பிரபுவுக்கு நல்ல பழக்கங்கள் இல்லே. எந்தத் தப்பையும் தப்பா நினைக்காத ஒரு திமிர் இருக்கு. என்னாலே அதைச் சகிச்சுக்க முடியல்லே.”

அம்மா பேசாமல் இருந்தாள் - அவளைப் பேசவிட்ட மாதிரி.

“என்னுடைய உணர்ச்சிகளுக்கு மதிப்புக் கொடுக்கறதில்லே. நான் ஒரு மனுஷிங்கற நினைப்பே இல்லே! வெறும் பொம்மையாட்டம் டிரஸ் பண்ணிட்டு அவரோட பார்ட்டிகளுக்குப் போய் வர்றதுக்கு மட்டும்தானா நான்? எதுக்கு இந்தக் கல்யாணம்னே எனக்குப் புரியல்லே!”

“வேற பொம்மனாட்டியோட சினேகிதம் வெச்சிண்டிருக்காரா?”

அவள் தலையைக் குனிந்து கொண்டாள்.

"என்னைக் கேட்காதே! விவஸ்தையே இல்லாத வாழ்க்கை அது. உனக்கும் எனக்கும் அதிர்ச்சி கொடுக்கிற விஷயங்கள் எல்லாம் அங்கே சகஜம். அது வேற உலகம்மா. எனக்கு அங்கே மூச்சு முட்டறது. ஒரு ஜ்வாலையிலே புகுந்த மாதிரி தகிக்கிறது!" சோகமும் அதிர்ச்சியுமாக மீனுவின் முகமும் பார்வையும் உறைந்து போயிருந்தன.

"அதிசயமா இருக்குடி நந்து. என்னுடைய மாமா பெண் கமலாவுக்கும் ரொம்பப் பணக்கார இடத்திலேதான் அந்தஸ்து வித்தியாசத்திலே கல்யாணம் ஆச்சு. சந்தோஷமாகக் குழந்தை குட்டிகளோட இருக்கிறாள்."

இருள் விலகிச் சாம்பல் நிறம் போய் வானம் வெளுக்க ஆரம்பித்திருந்தது. பட்சிகளின் ஆரவாரம் கோலாகலமாகக் கேட்டது. அந்த அதீதமான உற்சாகக் கூச்சலில் அவளது நிராசைகளின் ஓலம் அசம்பாவிதமாக ஒலித்தது.

"நல்ல வேளை!" என்று அவள் வெறுப்புடன் சிரித்தாள்.

"கமலாவுக்கும் என் கதி ஏற்பட்டுத் திரும்பி வந்திருந்தான்னா உன் மாமாவும் உன்னை மாதிரிதான் லாஜிக் பேசியிருப்பார்."

அம்மா விசனத்துடன் அவளைப் பார்த்தாள் - எப்படிச் சொன்னால் இவள் புரிந்துகொள்வாள் என்று யோசித்த மாதிரி.

"உனக்கு இருக்கக்கூடிய கஷ்டங்கள் எனக்குப் புரியறது நந்து. ஆனா அதிலேயிருந்து நீ பயந்துண்டு ஓடி வர்றதனாலே என்ன லாபம்னு எனக்குப் புரியலே."

"பயந்திண்டு ஓடி வரல்லே!" என்றாள் அவள் கோபத்துடன், "நீதான் கோழையாயிருக்கே. நான் பிறந்த வீட்டோட வந்துட்டேன்னா அண்ணா மன்னி என்ன சொல்வாளோ? ஊர் என்ன சொல்லுமோன்னு பயப்படறே. லாபநஷ்டம் பார்க்கிற வியாபாரி மாதிரி. வாஸ்தவத்திலே மன்னி உனக்கு அன்னியமில்லே. நான்தான் உனக்கு அன்னியமாயிட்டேன்!"

ஆத்திரமும் துக்கமும் கண்ணீருமாகப் பொங்கும் அவளை மீனு துயரத்துடன் பார்த்தாள். சற்று நேர மௌனத்திற்குப் பிறகு கிணற்றிலிருந்து நீரை இறைத்துத் தொட்டியில் கொட்ட ஆரம்பித்தாள்.

"நான் அதைப்பத்தியெல்லாம் யோசனை பண்ணாமல் கவலைப்படாமல் இருக்க முடியாது நந்து. நான் பழைய காலத்தைச் சேர்ந்தவள். சரீரத்திலே பலமிருக்கிற வரைக்கும் வேலை செய்ய முடியும். கடைசி மூச்சு வரைக்கும் கோபாலிகிட்டதான் இருக்கணும் எனக்கும் அப்பாவுக்கும். எந்த ரசாபாசமும் ஏற்படக்கூடாதுன்னு கழைக் கூத்தாடி பாலன்ஸ் பண்ற மாதிரி ஜாக்கிரதையா இருக்கோம்..."

நந்தினி ஏதோ சொல்ல வாயைத் திறந்தபோது அம்மா குறுக்கிட்டாள்.

"நீ சொல்ற யோசனையை அப்பா ஒத்துக்கமாட்டார். அவர் என்னைவிடப் பழங்காலம். அதிர்ந்து போய் விடுவார். அதற்கு அவசியமுமில்லே. உன்னைப் படிக்க வெச்சிருக்கோம் நந்து. எங்களையெல்லாம் விடப் பிரச்சினைகளைச் சமாளிக்க உனக்கு அதிகச் சாமர்த்தியம் இருக்கணும்!"

"திமிர் பிடிச்சவன்கிட்டே எந்தச் சாமர்த்தியமும் பிரயோசனமில்லேம்மா!"

"எனக்குத் தெரியல்லே!" என்றாள் அம்மா. நீர் இறைப்பதை நிறுத்தாமல்.

"நீ திரும்பி வந்தேன்னா தோற்றுப் போனேன்னு அர்த்தம். படிப்பு உனக்கு அஸ்திரம் தந்து, அது உனக்குப் பலத்தைக் கொடுக்கணுமே தவிர, உன்னை அழிச்சுடக் கூடாது."

"என்ன, காலங்கார்த்தாலே கொல்லையிலே நின்னுண்டு பேச்சு?"

பார்வதியின் குரலில் சந்தேகமும் எரிச்சலும் எட்டிப் பார்த்தன.

"இன்றைக்கு ஸ்கூலும் ஆபீஸும் உண்டும்மா. மறந்து போயிட்டீங்களா?"

"மறக்கல்லே. வரேன்!"

நந்தினி தன்னைச் சமாளித்துக் கொண்டு சிரித்தாள்.

"அம்மாவை அழைச்சிட்டு நிறைய சினிமாப் போகிறீங்களா என்ன?"

"சினிமாவா? பாலுக்கும் மோருக்கும் இங்க படற திண்டாட்டத்திலே அதுக்கெங்கே போறது?"

"இல்லேன்னா. தமிழ் நாவல் நிறையப் படிக்கிறாப் போலயிருக்கு!"

"ஏன், என்ன விஷயம்?"

"கொஞ்சம் பேசாம இருடி நந்து. உனக்கு வேற வேலையில்லே?" என்று அம்மா சன்னமாகச் சிடுசிடுத்தாள்.

"கொஞ்சம் காய்கறி நறுக்கு. வா!"

"அவள் எதுக்கு நறுக்கணும்!" என்று ஆரம்பித்த பார்வதியின் வார்த்தைகளைக் கவனிக்காமல் நந்தினி உள்ளே சென்றாள்.

மௌனமான பரபரப்புடன் அம்மா சமையலில் ஆழ்ந்து போவதை அவள் காய்கறி நறுக்கியபடி அனுதாபத்துடன் கவனித்தாள்.

"என்னம்மா சமையலை இப்பத்தான் ஆரம்பிக்கறியா? பொண்ணோட பேசிட்டிருந்தியாக்கும் எட்டரை மணி பஸ்ஸை நான் புடிச்சாகணும்."

அண்ணாவின் உயர்ந்த குரலைக் கண்டு திகைப்பேற்பட்டது.

"உனக்கு வழக்கம்போலச் சாப்பாடு தயாராயிடும். கவலைப்படாதே!"

மீனு பரபரத்துக் கொண்டு செயல்படுகையில் பார்வதி முகத்தைத் தூக்கிக் கொண்டு வளைய வருவதைப் பார்க்க அடி வயிற்றில் ஒரு சங்கடம் ஏற்பட்டது.

அடுத்து நகர்ந்த நாலைந்து நாட்களில் திடீர் திடீர் என்று காரணமில்லாமல் கத்திய அண்ணாவையும், அவனை முடுக்கிவிட்டு வாய் மூடி மௌனியாய் வளைய வந்த பார்வதியையும், இதையெல்லாம் ஒருவிதக் கலவரத்துடன் கவனித்த அப்பாவையும், கழைக்கூத்தாடி போல் பாலன்ஸ் செய்ய முயலும் அம்மாவையும் பார்த்துத் தூங்காமல் கழித்த இரவுகளில் ஒரு விஷயம். நிச்சயமாகிப் போயிற்று.

என் பிரச்சனைகளை நானேதான் தீர்த்துக்கொள்ள வேண்டும். அடைக்கலம் தேடி எங்கு சென்றாலும், ஏன் பிறந்த இடத்தில்கூட, வரவேற்பிருக்காது.

“உன்ன படிக்க வெச்சிருக்கோம் நந்து. எங்களையெல்லாம் விடப் பிரச்சினைகளைச் சமாளிக்க உனக்கு அதிகச் சாமார்த்தியம் இருக்கணும்!”

இரண்டு நாட்கள் கழித்து ஜி.டி.யில் பயணித்துத் தில்லியடைந்த பணக்கார வட்டமான கால்ஃப் லிங்க்ஸில் இருக்கும் அவளது வீட்டை அடைந்து படியேறும்போதுதான் மீண்டும் அவளது பிரச்சினைகளின் பிரும்மாண்டமும் அதைச் சமாளிக்க இயலாத தனது பலவீனமும் பிரக்ஞையைத் தாக்கின.

***

அத்தியாயம்

4

டாக்ஸியின் டிக்கியிலிருந்து பெட்டியை எடுத்துக்கொண்டு கூர்க்கா கிருஷ்ணபகதூர் நந்தினியைத் தொடர்ந்து நடந்தபடியே தோட்டத்தில் வேலை செய்து கொண்டிருந்த ஹரிராமைப் பார்த்துக் குரல் கொடுத்தான்.

"பெட்டியை உள்ளே தூக்கிட்டுப் போ ஹரிராம். நான் கேட்டருகில் இல்லை என்றால் ஸாஹாப்புக்குக் கோபம் வரும்."

வேலையில் கவனமாக இருந்த ஹரிராம் விருக்கென்று எழுந்து ஓடிவந்தான். அவளைப் பார்த்ததும் பெரிய புன்னகை செய்து, "நமஸ்தே மேம்ஸாப்! டாக்ஸி வந்ததை நான் கவனிக்கலை. எப்படியிருக்கிறீர்கள்?" என்றான்.

அவள் வீட்டிற்குள் நுழைந்து கண்களை நெடுகிலும் லேசான படபடப்புடன் அளையவிட்டபடி புன்னகைத்து மெல்லிய குரலில் சொன்னாள். "நன்றாயிருக்கிறேன் ஹரிராம். நீ எப்படி இருக்கிறாய்? தோட்டம் எப்படி இருக்கிறது?"

"இரண்டு பேரும் நன்றாயிருக்கிறோம்!" என்று அவன் சிரித்தான். "மாடியிலே எங்கே வைக்கட்டும் பெட்டியை மேம்ஸாப்?"

யதேச்சையாகக் கேட்ட கேள்வியாக அது தொனித்தாலும் இவர்களுக்கெல்லாம் தெரியாத விஷயமில்லை என்கிற உணர்வில் அவள் முகம் சிவந்தது.

''என்னுடைய அறையிலே வெச்சிடு.'' என்றபடி பெரிய படுக்கையறையை ஒட்டினாற்போல் இருந்த அவளது பிரத்தியேக அறைக்குள் நுழைந்தாள்.

அறை அவள் வைத்துவிட்டுப் போன மாதிரியே துப்புரவாக இருந்தது. படுக்கையை ஒட்டினாற்போல் இருந்த டீப்பாயில் புதிய மலர்கள் ஜாடியில் அமர்ந்திருந்தன.

எஜமானி இல்லாமலே, நன்றாக எண்ணெய் தடவப்பட்ட இயந்திரம் இயங்குவது போல், இந்த வீடு இயங்கும் என்கிற பிரக்ஞையும் பிரபுவின் நிர்வாகத் திறமைக்கு ஓர் எல்லையே இல்லை என்கிற உணர்வும் ஏற்படுத்திய தாழ்வு மனப்பான்மையை அவள் அவசரமாக ஒதுக்கி ஹரிராமைப் பார்த்துப் புன்னகைத்தாள்.

''பூ வைத்ததற்காக நன்றி ஹரிராம். நான் குளிக்கப் போகிறேன். அனுசுயாவைக் காப்பி தயாரிக்கச் சொல்லு.''

ஹரிராம் அரை வினாடி தயக்கத்துடன் நின்றான். பிறகு மெல்லிய குரலில் சொன்னான். ''ஸாஹப் இன்னிக்குச் சீக்கிரம் கிளம்பணும் என்று சொல்லிக் கொண்டிருந்தார். இன்னும் அஞ்சு நிமிஷத்திலே நாஷ்டா சாப்பிடப் போய்விடுவார். நான் கொண்டு வரவா?''

அவளுடைய முகம் மீண்டும் சிவந்தது.

''எனக்குக் காப்பிக்கு அவசரமில்லே. நானே கீழே வரேன்'' என்றாள் சுருக்கமாக.

சுருசுருவென்று ஓர் அவமான உணர்வு அடிவயிற்றிலிருந்து சுருண்டு எழுந்தது.

வாசல் கேட்டிலிருந்து சமையலறை வரை எஜமானனின் ஆதிக்கம் அவனுடைய ஆக்ஞைகளை நிறைவேற்றவும் அவனுக்குக் கோபம் வராமல் பார்த்துக்கொள்ளவும் மட்டுமே இவர்களுக்கு அக்கறை. அவன் படியளப்பவன் என்கிற காரணம்

மட்டுமில்லை என்று அவளுக்குப் புரிந்தது. எஜமானி என்கிற மதிப்பை அவன் அவளுக்குக் கொடுத்திருந்தால் கதையே வேறாக இருந்திருக்கும். அவள் கேட்பதற்கு முன் அவளைக் கண்டதும் யாராவது காப்பி கொண்டுவந்து நீட்டியிருப்பார்கள். சொந்த மனைவிக்காகக்கூடத் தன் சௌகரியத்தையோ நேரத்தையோ வீணாக்கிக்கொள்ள விரும்பாத எஜமானனின் கோபத்தைக் கிளறி அதற்குப் பலியாக இவர்கள் விரும்பாதது ஏதும் ஆச்சரியமில்லை என்று அவள் தன்னைச் சமாதானப்படுத்திக் கொண்டு குளியலறைக்குச் சென்றாள்.

இப்படிப்பட்ட ராசிகூட ஒரு மனிதனுக்கு இருக்குமா என்று, அவளுக்கு ஆச்சரியமாக இருந்தது. அத்தனை திமிருக்கும் அகம்பாவத்துக்கும் பாவ புண்ணிய சிந்தனையில்லாத செய்கைகளுக்கும் பிரதியாக வாய் திறக்காத விசுவாசமும் மரியாதையும் கிடைக்க ஒரு தனிப்பட்ட ராசி வேண்டாமா?

பணம் என்னும் ராசி. எத்தனை கனமான போர்வை அது! எல்லார் கண்ணையும் மறைக்கும் போர்வை! அதை உதறிக்கொண்டு அவள் மட்டும் தனித்து நின்றால் அவளை யார் ஏற்கப் போகிறார்கள்?

பெற்றவளே ஏற்கமாட்டாள். நீயும் கண்ணை மறைத்துக் கொள் என்பாள். அல்லது கண்டும் காணாமல் இரு என்பாள்.

இது இரண்டும் எனக்குச் சாத்தியமில்லை என்று அவள் தனக்குள் தீவிரமாகச் சொல்லிக் கொண்டாள். பிறந்த வீட்டில் இருப்பதும் அசாத்தியமான காரியம் என்று ஆகிவிட்ட நிலையில் நான் வேறு மார்க்கம் தேடிக்கொண்டாக, வேண்டும்.

இந்த வேலைக்காரக் கும்பலுள் ஒருத்தியாக அவனது பலத்தைக் கண்டு பயப்படாமல் ஆக்ஞைக்குக் காத்திராமல் நான் நானாக இயங்க... உணர்த்த...

அவள் அவசரமாகக் குளித்து, கவனமாக உடை உடுத்தி அலங்கரித்துக் கொண்டு வெளியே வந்தாள். பிரபு படுக்கை

அறையில்தான் இருக்கிறான் என்று உணர்ந்து அவள் தயக்கத்துடன் உள்ளே நுழைந்தாள்.

அவன் கண்ணாடிக்கெதிரில் நின்றுகொண்டு டைகட்டிக் கொண்டிருந்தான். கண்ணாடியில் அவள் உருவம் தெரிந்ததும் அரைக் கணத்திற்கு அவனது கை இயங்காமல் நின்றது. மறுவினாடி அவசரமாக முடி போடத் தொடர்ந்தான். அதரங்களில் லேசான இகழ்ச்சிப் புன்னகை படர்ந்தது.

''ஹல்லோ!'' என்றான் திரும்பாமலே.

''ஹல்லோ!'' என்றாள் அவள் பதிலுக்கு.

புன்னகைக்க முயன்று தோற்றுப் போனாள். இவனைப் பார்க்கும்போதெல்லாம் குற்றம் செய்ததுபோல் நெஞ்சு ஏன் படபடக்கிறது என்று திகைத்தாள்.

''பிறந்த வீட்டுச் சீராடல் இத்தனை சீக்கிரம் அலுத்துப் போச்சா?''

அவன் குரலிலிருந்த திமிரும் எகத்தாளமும், அவளுள் வழக்கமான சீற்றத்தை எழுப்பின. வழக்கம் போல் அதை விழுங்கிக் கொண்டு சொன்னாள்.

''நான் எந்தச் சீராடலுக்கும் போகல்லே.''

அவன் சட்டென்று பகபகவென்று சிரித்தான். ''அங்கே போய்ப் பார்த்தப்பறம் விவேகம் வந்துட்டதா?''

அவளுள் ஏற்பட்ட அவமான உணர்வை அமுக்கிக் கொண்டு அவள் நிற்கையில், ''ஐயோ பாவம்!'' என்றான் அவன் பதிலுக்குக் காத்திராமல், ''இத்தனை சீக்கிரம் நீ திரும்புவேன்னு நான் நினைக்கல்லே.''

அவள் ஏதும் பேசவில்லை. அவன் சட்டென்று திரும்பி அவளைக் கோபத்துடன் பார்த்தான். ''நீ வர்றதைப் பத்தி எனக்கு ஏன் எழுதல்லே? எல்லா வேலைக்காரர்

பார்வையிலும் படற மாதிரி டாக்ஸியிலே வந்து இறங்கி என்னை அவமானப்படுத்தணும்னு தீர்மானிச்சியா?''

அவள் சில வினாடிகள் பேசாமல் இருந்தாள். பிறகு மெல்லிய குரலில் சொன்னாள். ''டாக்ஸியிலே வந்து இறங்கறது அவமானம்னு எனக்கு இன்னிவரைக்கும் தெரியாது. ஸாரி. எது மானம் எது அவமானம்னு இந்த வீட்டிலே எனக்குப் புரியமாட்டேங்கிறது பிரபு!''

அவன் சரேலென்று அவளை நிமிர்ந்து பார்த்தான். மின்னலாய் அவனது கண்களில் தெரிந்த கோபத்தையும் குரூரத்தையும் பார்த்து அடி வயிற்றில் ஒரு சில்லிப்பு ஏற்பட்டது.

தானே எதிர்பாராத ஒரு திடீர்த் தைரியத்துடன் அவள் தொடர்ந்தாள். ''அதைப்பத்தின குழப்பம் ஏதோ இங்கே இருக்கற மாதிரி இருக்கு. என் வரையிலே நான் தெளிவாய்த்தான் இருக்கேன் பிரபு!''

''அதிகப்பிரசங்கித்தனமாய்ப் பேசாதே! நீ எங்கே வேணாப்போ. திரும்பியே வராமே இருந்தாலும் இருந்துக்கோ. ஆனா எனக்குத் தகவல் வேணும். ஐ டோன்ட் லைக் ஸர்ப்ரைஸ்''

அவள் வேண்டுமென்றே புன்னகைத்தாள். ''ஓ.கே இனிமே தகவல் கொடுக்கறேன். ப்ரெக்ஃபஸ்ட் தயாராயிருக்கு. வாங்கோ!''

''நீதான் வந்து தயார் பண்ண மாதிரி அலட்டிக்காதே. நீ இல்லாததாலே இங்கே ஒரு வேலையும் நிக்காது.''

''நான் அலட்டிக்கல்லே தகவல் சொன்னேன்.''

அவன் பதில் சொல்லாமல் விரைப்புடன் நடந்து படிகளில் இறங்கினான். இவன் மூக்கை உடைக்க யமகாதகத் தைரியம் வேண்டும் என்கிற உணர்வும், உடைப்பதனால் நமக்கென்ன லாபம் என்கிற ஆயாசமும் அவளை ஆட்கொண்டன.

அவன் படி இறங்கும்போதே கீழே வேலையாக இருந்த வேலைக்காரர்கள் உஷாராகிப் போனதையும் அதை உணர்ந்த மிதப்புடன் அவன் நடந்து சாப்பாட்டு மேஜையை நோக்கிச் செல்வதையும் அவள் ஒரு புதிய சுவாரஸ்யத்துடன் பார்த்தாள்.

"பார்க்க ராஜாவாட்டம் இருக்கார்?" என்று அம்மாவின் வர்ணனை நினைவுக்கு வந்தது.

"ஆ, அதுக்கொண்ணும் குறைச்சலில்லே." என்று அவள் தனக்குள் சொல்லிக் கொண்டாள்.

காலை ஆகாரம் தயாராக மேஜைமேல் இருந்தது. அவனுக்கு மட்டும் ப்ளேட் வைக்கப்பட்டிருந்தது.

அவளும் வந்து உட்கார்ந்ததைப் பார்த்து அனுசுயா ஓர் அரை குறை வரவேற்புப் புன்னகையைத் தெரிவித்துத் தட்டைக் கொண்டு வந்து வைத்தாள்.

செய்தித்தாளில் பார்வையை ஓட்டியபடி பழச்சாற்றைப் பருகிக் கொண்டிருந்த அவனை நந்தினி தன்னையறியாமல் கூர்ந்து பார்த்தாள். ஊருக்குச் சென்று இறங்கியதும் அப்பாவும் அம்மாவும் அண்ணனும் அவளைக் கண்டவுடன் இவனைப் பற்றித்தான் முதலில் விசாரித்தார்கள் என்று நினைவுக்கு வந்தது. ஆனால் இவனோ இதுவரை வாயைத் திறந்து ஒரு வார்த்தை அவர்களைப் பற்றிக் கேட்கவில்லை.

அவள் திடீரென்று நினைவு வந்தவளைப்போல் அம்மா செய்து அனுப்பியிருந்த மைசூர்ப்பாகு வில்லைகள் இரண்டைத் தட்டில் கொண்டு வந்து வைத்தாள். வைக்கும்போதே கை மணத்தது.

"வெண்ணெய் காய்ச்சின நெய்யிலே பண்ணாத்தான் மைசூர்பாகு நன்றாயிருக்கும்." என்று அம்மா சொல்லச் சொல்லக் கேட்காமல் தன் கை சேமிப்பைக் கரைத்து உருக்கி வில்லையாகப் போட்டது நினைவுக்கு வந்தது.

"என்னது அது?"

"மைசூர்பாகு. அம்மா பண்ணினாள்."

அவன் பிளேட்டை மேஜையின் மறு கோடிக்கு நகர்த்தினான்.

"வேண்டாம். எனக்கு டால்டாவிலே பண்ணினது ஒத்துக்காது!"

அவளுக்கு வந்த ஆத்திரத்தை மிகச் சிரமப்பட்டு அடக்கிக் கொண்டாள்.

"டால்டாவிலே பண்ணதுதானே ஒத்துக்காது? இது அதிலே பண்ணல்லே."

அவன் பரிகாசமாகச் சிரித்தான்.

"தாங்க்யூ. நீ சாப்பிடு. அனுசுயாவுக்குக் கொடு..."

அசட்டுத்தனமாகத் துளிர்க்கப் பார்த்த கண்ணீரை அவள் அவசரமாக உள்ளுக்குள் இழுத்துக் கொண்டாள். சொன்னால் கேட்காமல் அண்ணா மன்னியின் பேச்சுக்குக்கூடப் பயப்படாத ஓர் அசட்டு அஞ்ஞானத்துடன் மைசூர்ப்பாகு கிளறிய அம்மாவின் மேல் அவளுக்குச் சொல்லத் தெரியாத ஆத்திரம் வந்தது. இவன் தன்னைத் தனது மனைவி ஆக்கிக்கொண்டான் என்கிற ஒரே காரணத்துக்காக இவன் வீசும் அவமானங்களையெல்லாம் ஏந்திக்கொண்டு அவன் வீட்டுச் சோற்றைத் தின்ன வேண்டிய கேவலத்தை நினைத்து ஆத்திரம் வந்தது.

"புருஷன் பெண்டாட்டிக்கு இடையிலே மான அவமானம் எங்கேயிருந்து வந்தது?"

அம்மாவின் இந்தப் பேச்சு ஏதோ சினிமா வசனம் தான். யதார்த்தத்திற்குச் சம்பந்தமேயில்லாத பேச்சு...

இவன் மூக்கை நாம் உடைப்பதாவது? எதைக் கொண்டு உடைப்பது?

அவள் சட்டென்று தன்னைச் சமாளித்துக் கொண்டாள் அவன் நகர்த்திய பிளேட்டைத் தன் பக்கம் இழுத்துக்

கொண்டாள். ஒரு வில்லையை ஒடித்து வாயில் போட்டுக்கொண்டு சிரித்தாள்.

"நஷ்டம் உங்களுக்குத்தான் எனக்கில்லை." என்றாள் "உங்க வார்த்தைகள் என்னை ஒண்ணும் பண்ணாது. அம்மாவுக்கும் நஷ்டம் நெய்க்குச் செலவழிச்ச பணம். நான்தான் இதைச் சாப்பிடப் போறேங்கறதனாலே எனக்கு லாபம்!"

அவன் முக பாவத்தைக் கவனிக்காமல் அவள் காப்பியைத் தலை குனிந்தபடி பருகினாள்.

"இத பார். உன்னுடைய அர்த்தமில்லாத பேச்சுக்கெல்லாம் எனக்கு நேரமில்லை. நான் இப்போ போகப்போற மீட்டிங்கைப் பத்தி நினைச்சிட்டிருந்தேன். மைசூர்ப்பாகுடைய இகனாமிக்ஸ்லே எனக்கு அக்கறை இல்லே!"

"எனக்கும் இல்லே!" என்று அவள் எழுந்தாள். "மனிதர்கள் கிட்டத்தான் எனக்கு அக்கறை!"

அவள் விருவிருவென்று திரும்பிப் பார்க்காமல் தோட்டத்தை நோக்கி நடந்தாள். பின்னால் அடிக்குரலில் பிரபு சிரிப்பது கேட்டது.

அவள் ரோஜாப் பாத்திகளைப் பார்வையிடும் பாவனையில் நின்றபோது, பிரபு போர்ச்சில் நின்றிருந்த காரில் ஏறி கிளம்பிப் போனான். அவளுக்கு உள்ளங்கை வியர்த்து முகத்தில் சூடேறிப் போயிருந்தது.

"எப்பொழுது வந்தீர்கள் மேம்ஸாப்?" அவள் குரல் கேட்டுத் திரும்பினாள்.

ஹரிராமின் பெண் சமேலி நின்றிருந்தாள் - இளைத்துக் கறுத்து அடையாளம் தெரியாமல்.

"அட... சமேலி! எப்பொழுது வந்தாய்? புருஷனும் வந்திருக்கிறானா? ஏன் இப்படி இளைத்திருக்கிறாய்?"

"முந்தா நாள் வந்தேன் மேம்ஸாப். தனியாகத்தான்."

"ஏதாவது சமாச்சாரமா?" என்றாள் அவள் சிரித்துக் கொண்டு.

சமேலி தலையைக் குனிந்து கொண்டாள். "ஆமாம் மேம்ஸாப். இரண்டு மாசம்..."

"அதை ஏன் இப்படி முகத்தைத் தூக்கி வைத்துக்கொண்டு சொல்கிறாய்?"

"நீங்கதான் எனக்கு உதவணும் மேம்ஸாப். இதைக் கலைச்சுடணும்."

அவள் திடுக்கிட்டுச் சமேலியைப் பார்த்தாள்.

"ஏன்?"

"புருஷன் வேண்டாம்னு வந்துட்டேன். இந்தக் குழந்தை மட்டும் எதுக்கு?"

***

அத்தியாயம்

5

லேசான திகைப்புடன் நந்தினி சமேலியைப் பார்த்தாள். ஆறு மாதங்களுக்கு முன்தான் ஹரிராம் தன் சக்திக்கு மீறிச் செலவழித்து இவளுக்குத் திருமணம் செய்து அனுப்பியிருந்தான். அந்தக் கடனை அடைக்க இன்னும் பல வருஷங்கள் ஆகும் என்று அவளைப் பார்க்கும்போதெல்லாம் மறைமுகமாக அவன் புலம்புகையில் இவனுக்கு நேரடியாக உதவ இந்த வீட்டில் எனக்கு அதிகாரமில்லை என்கிற குறை அவளை உறுத்தும்.

"ஏன் சமேலி?" என்றாள் மறுபடி, "புருஷன் ஏன் வேண்டாம்!"

சமேலியின் முகம் வாடியிருந்தது. ஒரு தீவிரம் தெரிந்தது கண்கள் வறண்டிருந்தன. கல்யாணத்திற்கு முன் தளதளவென்று எத்தனை அழகாக இருப்பாள் என்கிற நினைப்பும், இத்தனை மூப்பு இத்தனை விரைவில் எப்படி முகத்தில் கோடிட்டது என்கிற விசனமும் ஏற்பட்டன.

"எனக்கு அலுத்துப் போச்சு மேம்ஸாப்" என்றாள் சமேலி தலையைக் குனிந்து கொண்டு. "அது கௌரவமான குடும்பம் இல்லே. என் அப்பா ஏழையானாலும் கௌரமானவர். மரியாதைப்பட்ட மனுஷர். அவர் வளர்த்த பெண் நான்.

என்னாலே! அந்த மாதிரிக் கேடுகெட்ட வாழ்க்கையைப் பார்த்திட்டு அதிலே ஒருத்தியா வாழ முடியாது.''

நந்தினி திடுக்கிட்டு அவளைப் பார்த்தாள். முகம் லேசாகச் சிவந்து, துக்கமும் கோபமும் மிருதுவாக உதடுகளின் விளிம்பில் துடித்துக்கொண்டு - சென்ற வாரம் கிட்டத்தட்ட இதே மாதிரி முகபாவத்துடன், தான் மா மரத்தின் மஞ்சள் பூக்களையும் ஆர்ப்பரிக்கும் பட்சிகளையும் பார்த்துக் கொண்டு அம்மாவிடம் இதே வார்த்தைகளை சொன்னோம் என்று ஞாபகம் வந்தது.

அவள் தன்னையறியாமல் சமேலியின் தோள் மேல் கையை வைத்தாள்.

''ஏன், என்ன செய்யறான் உன் புருஷன்?''

''என்ன செய்யல்லே'' என்றாள் சமேலி ஆவேசத்துடன் ''சரஸ் சாப்பிடறான்! குடிக்கிறான்! சூதாடறான் அம்மாக்காரி வாயை மூடிட்டு உட்கார்ந்திருக்கா மேம்ஸாப் என் சீதனத்துக்குக் கொடுத்திருந்த தையல் மெஷினும், வாட்சும், நாற்காலியும் சரஸ்ஸுக்கும் குடிக்கும் வித்தாச்சு. பணம் கொண்டான்னு பிள்ளை அம்மாவை உதைக்கிறான். அம்மாக்காரி என்னை உதைக்கிறாள். வரதட்சிணை கொண்டு வந்தது போறாதுன்னு, என்னைக் கொலைகூடப் பண்ணிப் போட்டு விடுவார்கள். எனக்கு அந்த வீடே வெறுத்துப் போச்சு. நான் எதுக்கு அங்கே நாய் மாதிரி வாழணும், இல்லே சாகணும்னு கிளம்பி வந்துட்டேன்''

''ஹரிராம் என்ன சொல்கிறான்? நீ திரும்பி வந்ததிலே கோபமில்லையா?''

''இல்லே. என் புருஷன் மேலதான் கோபம். 'இனிமே நீ அங்கே போக வேண்டியதில்லே'ன்னுதான் சொல்றார். ஆனா வயித்திலே புகுந்திருக்கிறதை அழிக்கணும்னு சொன்னா என்ன சொல்வாரோன்னு யோசனையாயிருக்கு.

ஓர் அயோக்கியனுடைய ரத்தத்தை நான் சுமக்கமாட்டேன். மேம்ஸாப்!''

சமேலியின் வார்த்தைகள் மிக அழுத்தமாக வெளிப்பட்டன - யாரும் என் தீர்மானத்தை மாற்ற முடியாது என்று தெரிவிக்கிற மாதிரி...

''திரும்பி நிச்சயம் போகமாட்டியா? உன் புருஷனே வந்து கூப்பிட்டான்னா?''

சமேலி பலமாகத் தலையை ஆட்டினாள். ''மாட்டேன் நான் அவனை வெறுக்கிறேன். மேம்ஸாப்!''

அவளுள் ஓர் அதிர்வு ஏற்பட்டது. எத்தனை தைரியமாகச் சொல்கிறாள்! அடி உணர்வில் இவளை நினைத்து மெல்லிய பெருமிதமும் ஆச்சரியமும் ஏற்பட்டன.

''மேம்ஸாப், யாருக்கும் தெரியாம இதைக் கலைக்க ஏற்பாடு பண்ணுவீர்களா?''

''ஆகட்டும்.'' என்றாள் அவள் சின்னக் குரலில்.

சமேலி சற்றுத் தயங்கியபடி கேட்டாள். ''உங்களுக்கு ஏதாவது உதவி வேணும்னா நான் செய்வேன் மேம்ஸாப். சித்தாள் வேலையெல்லாம்... உங்க துணிக்கு இஸ்திரி போட்டு உங்க தேவைகளைக் கவனிப்பேன்.''

அவள் சிரித்தாள். ''நான் யார் கையையும் எதிர்பார்க்கறதில்லேன்னு உனக்குத் தெரியாதா சமேலி?''

''சமேலி!'' ஹரிராம் கூப்பிட்டுக் கொண்டே வந்தான்

''தண்ணி நிக்கறதுக்குள்ளே துணியைத் துவைச்சிடு போ!'' என்றான்.

அவனைப் பார்த்துப் புன்னகையுடன் தலையசைத்து, சமேலி விரைந்தாள்.

“என்ன ஹரிராம். சமேலி திரும்பி வந்துவிட்ட விவரத்தை நீ சொல்லவே இல்லையே?”

ஹரிராம் எங்கோ தூரத்தில் பார்வையைப் பதித்தான் “நிதானமாகச் சொல்லலாம்னு நினைச்சேன். சந்தோஷ சமாச்சாரமாக இருந்தால் உடனடியாகச் சொல்லலாம் அவள் புருஷன் அந்த மாதிரி ஆள்னு எனக்குத் தெரியாது. நல்லவேளை, இவள் தைரியமாகக் கிளம்பி வந்தது நல்லதுன்னு நினைச்சு சமாதானப்படுத்திக்கிறேன். தினமும் கொலை, தற்கொலைன்னு எத்தனை வருது பேப்பர்லே! இப்பவே இப்படி இளைச்சுப் போயிருக்கா பாருங்கள்! இங்கேயே இருந்துடு. உன்னை இனிமே அங்கே அனுப்பலேன்னு சொல்லிட்டேன். தண்டனை மாதிரி ஒரு அயோக்கியனோடு ஏன் இருக்கணும்? எனக்குச் சக்தி இருக்கிற வரைக்கும் நான் காப்பாத்துவேன்.”

அவள் உணர்ச்சிவசப்பட்டுப் போனாள். இவனுக்குப் பெண்ணாகப் பிறந்திருந்தால் எத்தனை சுபலமாக நம் பிரச்சனைகளுக்கு முடிவு ஏற்பட்டிருக்கும் என்று குழந்தைத்தனமாக எட்டிப்பார்த்த எண்ணத்தை விலக்க முடியாதவளாய் அவள் அவன் உருவாக்கியிருந்த தோட்டத்தின் மேல் பார்வையைப் பதித்தபடி நின்றாள்.

அவளது எண்ண ஓட்டத்தை அனுமானித்தவன் போல் அவன் லேசான சங்கடத்துடன் தலையைக் குனிந்து கொண்டான். “ஏழையாயிருக்கிறது சௌகர்யம் மேம்ஸாப். வயித்துக்காக மட்டுமே கவலைப்படணும். வேற எந்தக் கட்டாயத்துக்காகவும் பயப்பட வேண்டியதில்லை.”

அவள் சட்டென்று தன்னைச் சமாளித்துக் கொண்டு புன்னகைத்தாள். “சமேலியைப்பத்தி நீ எடுத்த முடிவு சரிதான் ஹரிராம். ஏதாவது டிரெயினிங் வகுப்பிலே அவளைச் சேர்க்க முடியுமான்னு பார்க்கறேன். சுயமா நிக்கவும் அவளைத் தயார் செய்ய வேண்டாமா?”

ஹரிராம் நன்றியுடன் சிரித்தான். "அதைப்பத்தி நீங்கதான் யோசனை சொல்லணும் மேம்ஸாப். இந்த வட்டாரத்துக்காரங்களுக்குத் துணி ப்ரெஸ் செஞ்சு தரேன் என்கிறாள். இந்தப் பெண்ணாலே முடியுமான்னு எனக்குச் சந்தேகம்."

"ஏன் முடியாது? செஞ்சு பார்க்கட்டுமே! கஷ்டமாயிருந்தா வேற ஏதாவது வேலைக்கு முயற்சி பண்ணலாம். நான் விசாரிச்சு வைக்கிறேன்."

"அச்சா மேம்ஸாப்." என்றான் அவன் யோசனையுடன். "அவ கல்யாணத்துக்குச் செலவழித்ததைப் பாங்கில் போட்டிருந்தால் வட்டியாவது வந்திருக்கும். நகை நட்டு எல்லாம் பிடுங்கி வைத்துக் கொண்டு விட்டாங்க பாவிகள்."

"கோர்ட் மூலமா திருப்பி வாங்கிக்கலாம் ஹரிராம்."

"ஆ, கோர்ட் கேஸுக்குச் செலவழிக்கப் பணத்துக்கு எங்கே போவேன்? போனாலும் பிரயோசனமில்லே. எல்லாத்தையும் வித்து சூதாடி விட்டிருப்பான் என்கிறாள் சமேலி."

சுருக்கங்கள் ஓடிய அவனது சாந்தமான முகத்தைச் சற்று நேரம் அவள் ஒரு பரிதாபத்துடன் பார்த்தாள். ஒரு விநாடி அம்மாவின் அதிர்ந்த முகமும் கலவரப் பார்வையும் மனத்தில் நிழலாடின. அம்மாவைவிட இவன் விவேகமுள்ளவன், கருணையுள்ளவன் என்று எழுந்த எண்ணத்தை அவள் அவசரமாக ஒதுக்கிவிட்டு மென்மையாகச் சொன்னாள்

"நாமெல்லாம் வாயை மூடிட்டு உட்கார்ந்திருக்கறதனாலேதான் அநியாயம் செய்கிறவர்கள் செய்துகொண்டே இருக்கிறார்கள். ஹரிராம்... உன் மாப்பிள்ளை மறுபடி இன்னொரு பெண்ணை வரதட்சிணை இரட்டிப்பா வாங்கிக் கல்யாணம் செய்துகொள்வான் பாரு."

"செய்து கொள்ளட்டும்!" என்றான் ஹரிராம் ஆவேசமாக. "என் பெண் அங்கே பலியாகிப் போகாமல் திரும்பி வந்ததே

எனக்குப் போதும். எனக்குத் தன்மானம் ரொம்ப முக்கியம். நான் கேஸ் போட்றதினாலே அந்த அயோக்கியன் திருந்திடப் போறதில்லையே?''

அவளுக்குத் திடீரென்று அம்மாவுக்குக் கடிதம் எழுத வேண்டும் என்று ஞாபகம் வந்தது. இவனுடன் அதிக நேரம் பேசினால் ஆபத்து என்கிற பயத்துடன் அவள் உள்ளே செல்லக் கிளம்புகையில் அவன் அடிக்குரலில் சொன்னான்.

''சில விஷயங்களில் வாயை மூடிக்கொண்டு உட்கார்ந்திருப்பதுதான் நல்லது மேம்ஸாப்!''

அவள் பதில் சொல்லாமல் இந்த வார்த்தைகள் அவளுக்காகச் சொல்லப்பட்டவை என்கிற ஊகத்துடன் வீட்டிற்கு நுழைந்தாள்.

சாப்பாட்டு மேஜை மேல் அம்மா அனுப்பிய மைசூர்ப்பாகு டப்பா இருந்தது. மறுபடியும் பிரபுவின் திமிர்ப்பேச்சு நினைவுக்கு வந்தது. அந்தத் திமிரை எதிர்த்து நிற்க முடியாத தனது கையாலாகாத்தனத்தை நினைத்து அவமானமேற்பட்டது.

சமேலிக்கிருக்கும் தன்மான உணர்வுகூட நமக்கில்லாதது கேவலம்! அவனுடைய சுபாவம் தெரிந்தும் அந்த மைசூர்ப்பாகை அவனிடம் காண்பித்தது மடத்தனம். பிரபு என்கிற தனி மனிதனுக்காகச் செய்யப்பட்ட பதார்த்தம் இல்லை இது. பணக்கார மாப்பிள்ளைக்கு அம்மாவின் புத்திக்குட்பட்ட காணிக்கை இது. மாப்பிள்ளையின் சுபாவத்தை பற்றிக் கேள்விப்பட்ட பிறகும் அம்மா இதைச் செய்து அனுப்பியது மறைமுகமாக அவளையே மட்டம் தட்டுவதுபோல் என்று அவளுக்கு இப்பொழுது தோன்றிற்று. 'நீங்கள் அத்தனை மோசமில்லை என்று எனக்குத் தெரியும்.' என்று அம்மா தெரிவிக்கிறாளா? 'என் பெண்ணைத் திருப்பி ஏற்றுக்கொள்ளுங்கள்' என்று சொல்லுகிறாளா?

அம்மாவின் நீர் மல்கிய கண்களையும் கலவரம் பரவிய முகத்தையும் பார்த்துக் கரைந்து நின்றது முட்டாள் தனம்.

அதைவிட மடத்தனம் இதைத் தூக்கிக்கொண்டு வந்ததும் பிரபுவிடம் கொடுத்ததும், மற்றவர்களின் மெல்லிய உணர்வுகளைக் காலால் தேய்ப்பவனுக்கு இந்த மாதிரி ஒரு மரியாதையும் உபசாரமும் ஒரு கேடா?

"ஆண்டவன்தான் உனக்குப் பொறுமையையும் பலத்தையும் கொடுக்கணும்." என்று புறப்படுமுன் அம்மாவை நமஸ்கரிக்கையில் அம்மா மெல்லிய குரலில் ஆசிர்வதித்தாள்.

சற்றுமுன் ஹரிராம், "சில விஷயங்களில் வாயை மூடிக்கொண்டு உட்கார்ந்திருப்பதுதான் நல்லது மேம்ஸாப்" என்று சொன்னதற்கும் அம்மாவின் வார்த்தைகளுக்கும் அதிக வித்தியாசமில்லை என்று தோன்றிற்று.

பொறுமையாய் இருந்தால் பலம் ஏற்படுமா? வாயை மூடிக்கொண்டு உட்கார வேண்டிய நிலையே ஒரு பலவீனத்தினால்தான் என்று அம்மாவுக்கு தெரியுமா? அம்மாவின் ஆசிக்கு வேறு அர்த்தம் இருக்க வேண்டும். 'உணர்வு நிலைகளின் சூட்சுமம் மங்கிப் போகட்டும். மனசு ஜடமாகிப் போகட்டும்' என்கிற அர்த்தமாக இருக்க வேண்டும்.

அனுசுயாவுக்கும் சமேலிக்கும் சில வில்லைகளைக் கொடுத்துவிட்டு அவள் டப்பாவை உள்ளே வைத்தாள்.

மாடிக்குத் தன் அறைக்குச் சென்று அம்மாவுக்குத் தான் சௌக்கியமாக வந்து சேர்ந்ததைப் பற்றிச் சுருக்கமாக ஒரு கடிதம் எழுதினாள். 'மைசூர்ப்பாகு எல்லோருக்கும் பிடித்தது' என்று முடித்தாள். கடிதத்தைத் தபாலில் சேர்க்கக் கொடுத்துவிட்டு மீண்டும் அறைக்கு வந்து கட்டிலில் படுத்தபோது அன்றைய மிகுதிப் பொழுது மிக நீண்ட முடிவில்லாச் சூனியம் போல் தோன்றிற்று.

அவள் ஆயாசத்துடன் கண்களை மூடிக் கொண்டாள். கண்களையும் நாசித்துவாரங்களையும் கட்டிப்போட்டாற்போல் எதுவும் புத்திக்குப் புலப்படாத மூச்சுத் திணறும் சூனியம்.

இதில் இல்லாத ஒன்றைத் தேடித் துழாவுவதிலேயே ஒரு வருஷ காலம் ஓடிப்போய்விட்டது.

''உன்னைப் படிக்க வெச்சிருக்கோம். எங்களைவிடப் பிரச்சினைகளைச் சமாளிக்கிற சக்தி உனக்கு இருக்கணும்...''

இரண்டும் இரண்டும் நான்கு என்கிற கணக்கைப் போல் அம்மா சுலபமாகச் சொல்லிவிட்டாள். யுக யுகமாகத் தொடரும் பிரச்சினைகள் இவை என்கிற பிரக்ஞை அம்மாவுக்கு இல்லை. ஆதி மனிதனும் மனுஷியும் ஜனித்த வினாடியில் பிறந்த பிரச்சினைகள் - பௌதீக வித்தியாசத்தால் ஏற்பட்ட பிளவுகள், இருப்பவனுக்கும் இல்லாதவனுக்கும் படித்தவனுக்கும் படிக்காதவனுக்கும் இடையே இருக்கும் பிளவுகளைவிட ஆழமானவை...

''நீ என்னை மிதிக்கப் பார்த்தால் நான் மிதிபடாமல் பார்த்துக் கொள்வேன்'' என்கிற ரீதியில்தான் நான் என் சாமார்த்தியத்தைக் காண்பிக்க முடியும். படிப்பறிவில்லாத சமேலியைப் போல் பிரச்சினைகளைச் சமாளிப்பதற்காக நான் என் தன்மானத்தை இழந்தேனென்றால் அதுதான் என் தோல்வி!

கிட்டத்தட்ட ஒரு வாரமாகச் சரியாகத் தூங்காததில் அவளுக்குத் தூக்கம் கண்ணைச் சுழற்றிக் கொண்டு வந்தது.

மூடிய கண்களுக்குள் பழைய நினைவுகளும் சக்கர வட்டம் அடித்தன. 'நீ என்ன செய்ய முடியும் என்னை?' என்கிற பார்வையுடன் பிரபு நின்றான். 'பணப்பசையுள்ள ஆணின் பலத்தை நீ குறைவாக மதித்தால் நீதான் முட்டாள்' என்று சிரித்தான்.

'இதப்பார், என்னுடைய சமூக அந்தஸ்துக்காக, இமேஜுக்காக எனக்கு ஒரு வைஃப் வேணும். அதுக்குத்தான் நீ தெரிஞ்சுதா? என் பர்ஸனல் வாழ்க்கை முறையைப் பத்திக் கேள்வி கேக்க இந்த உன் அந்தஸ்தினாலே எந்த அதிகாரமும் கிடையாது. ஓ.கே?'

இரவு பன்னிரண்டு மணி வரை அவன் வரவில்லை. எல்லா விளக்குகளும் அணைக்கப்பட்டு அந்த வட்டாரம் முழுவதும் அடங்கிப்போனபின் தூக்கம் வராமல் புரண்டு கொண்டிருந்த செவிகளில் கார் வந்து நிற்கும் ஓசை துல்லியமாகக் கேட்டது. மறு சாவியுடன் வீட்டுக் கதவு திறக்கப்படுவதும் மாடிப்படிகளில் ஜோடுகள் சப்திப்பதும் கேட்டவுடன் அவளது மார்பு வேகமாக அடித்துக் கொண்டது.

மெல்லிய பேச்சுக் குரலும் நளினமான பர்ஃப்யூமின் நெடியும் லேசாக அவள் அறைக்குள் காற்றாய் நுழைந்து வேகமாய்க் கடந்தன.

***

அத்தியாயம்

6

உலுக்கப்பட்டாற்போல் நந்தினி விழித்துக் கொண்டாள். பளீரென்று ஒற்றைக் கற்றையாய்ச் சூரியன் உள்ளே நுழைந்திருந்தது வியப்பைத் தந்தது. எவ்வளவு நேரம் தூங்கிவிட்டோம் என்கிற திகைப்புடன் ஏழு - பத்தில் ஓடிக்கொண்டிருந்த கடிகாரத்தைப் பார்த்தாள்.

ஏகசத்தத்துடன் இரண்டு குருவிகள் ஜன்னல் திரைச் சீலைக்கும் அதன் சட்டத்துக்கும் இடையே மும்முரமாகக் கூடு கட்டிக்கொண்டிருந்தன. சளசளவென்று பேசியபடி மேலும் கீழும் சரிபார்த்து வெளியில் செல்வதும் சடுதியாகக் காய்ந்த பச்சைப் புல்லைக் கொண்டு வருவதுமாக இருந்தன.

நேரமாகிப் போனதை அவள் ஒரு வினாடி மறந்து குருவிகளைச் சுவாரசியத்துடன் பார்த்தாள். வேலைக்காரி லஷ்மி அறையைச் சுத்தம் செய்ய வருவதற்குள் இவை கூட்டை கட்டி முடித்து விடும். இவற்றின் உற்சாகத்தை, சுறுசுறுப்பைப் பற்றின பிரக்ஞை இல்லாமல் லஷ்மி திரைசீலையைக் குலுக்கும் ஒரே குலுக்கலில் - "இந்தக் குருவிங்க ஒண்ணு, பேஜாரு" என்று அந்தக் குலுக்கலில் தெரிவிக்கிற ஆத்திரத்தில் - இவர்களது இரண்டு மணி நேர உழைப்பெல்லாம் பொலபொலவென்று உதிரும்.

இந்த ஆக்கலும் அழித்தலும் தினசரி விவகாரமாக இருந்தாலும் இந்தச் சுரணை கெட்ட குருவிகள் காலையை உற்சாகமாக வரவேற்பது வேடிக்கையாக இருந்தது.

படுக்கை அறையை ஒட்டிய பாத்ரூமில் ஷவர் திறக்கும் ஓசையும் தொடர்ந்து உம்ராவ்ஜானின் பாட்டும் கேட்டன.

அவள் விருக்கென்று எழுந்தாள். 'இந்தக் குருவிகளுக்கும் எனக்கும் வித்தியாசம் இல்லை' என்று தனக்குள் சொல்லி கொண்டாள்.

சுரணை கெட்டு, எந்த விடியலுக்கோ காத்திருந்து...

முந்தைய இரவின் நினைவும் இப்பொழுது ரெகார்ட் பிளேயரில் மிதந்து வரும் உம்ராவ்ஜானின் 'ஜான் லீஜியே'வும் இது தன்னுடைய வீடுதானா அல்லது வேறு எங்காவது வழி தவறி வந்துவிட்டோமா என்கிற சம்சயத்தையும் வெறுப்பையும் கிளப்பின.

சுரணை கெட்டுப் போனது நானா? ஷவருக்கடியில், இரவுப் போதின் ஜன்மத்தைக் களைந்து விடிந்ததும் புனர் ஜன்மம் பெற்று நிற்கும் அந்த ஆசாமியா? எத்தனை மனிதர்கள் அவனுள், வேளைக்குத் தகுந்த மாதிரி லாகவமாக மாற்றப்படும் அந்த வேஷங்களை உலகம் கண்டும் காணாமல் அவனது வெளிப்போர்வையைக் கண்ட பிரமிப்பில், 'ஓ! இதெல்லாம் இப்பொழுது சகஜம்' என்கிற மெத்தனத்துடன் இருக்கப் பழகிவிட்டது. 'நீயும் பழகிக் கொள்' என்று சாடை காட்டுகிறது.

"என்னாலே அந்த மாதிரிக் கேடுகெட்ட வாழ்க்கையப் பார்த்திட்டு அதிலே ஒருத்தியாக வாழ முடியாது மேம்ஸாப்"

'என்னுடைய இடத்தில் சமேலி இருந்திருந்தால் என்ன செய்திருப்பாள்' என்கிற கேள்வியுடன் அவள் பல் துலக்கச் சென்றாள்.

இப்பொழுது பிறந்தகம் வந்து நின்ற மாதிரி, "நீயும் வேண்டாம். உன் உறவும் வேண்டாம்" என்று உதறிவிட்டுப் போயிருப்பாளா?

அப்பொழுது சமேலி நிச்சயம் சமேலி மாதிரி இருந்திருக்க மாட்டாள். என்னை மாதிரி இருந்திருப்பாள்.

திரிசங்கு சுவர்க்கத்தில், அவளது கூட்டம் ஏற்படுத்திவிட்ட மனப்படிமானங்களின் அடியில் மாட்டிக்கொண்டு அதை மீறி வெளியில் வர முடியாத பலவீனத்தோடு...

அவள் குளித்து உடை உடுத்திக் கொண்டிருந்தபோது அறைக்கதவு தட்டப்பட்டது.

அவள் கதவைத் திறந்ததும் வெளியில் பிரபு நின்றிருந்தான். கம்பெனிக்குக் கிளம்பத் தயாராகியிருந்தான்.

"குட் மார்னிங்!" என்று சிரித்தான். அவனது சிரிப்பில் எப்பொழுதுமே பரிகாசம் இழையோடுவதாக அவளுக்குப்பட்டது.

"குட் மார்னிங்!" என்றாள் அவள் சிரிக்காமல்.

"இன்றைக்கு ராத்திரி அசோக் ஓட்டலிலே ஒரு டின்னருக்குப் போகணும். ஏழரை மணிக்கு ரெடியாயிரு..."

'இதற்கு மட்டும் எதற்கு நான்?' என்கிற சீற்றத்துடன் அவள் பதில் சொல்லாமல், தலையைக் குனிந்து கொண்டு புடவைக் கொசுவத்தைச் சரிசெய்ய ஆரம்பித்தாள்.

அவன் விசுக்கென்று உள்ளே நுழைந்தான். அவளது மோவாயை ஒரு மூர்க்கத்தனத்துடன் நிமிர்த்தினான்.

"நான் சொன்னது காதிலே விழுந்ததா?"

லேசாக ஓர் அவமான உணர்வு அவளுள் பரவிற்று.

கண்கள் பளபளக்க...

"விழுந்தது!" என்றாள்.

“பின்னே பதில் சொல்றதுக்கென்ன?” என்றான் கோபத்தோடு. “வர்றியா வரலையான்னு நான் கேக்கல்லே. வரணும் ட்ரிம்மா டிரஸ் பண்ணிக்கணும். முகத்திலே சிரிப்பு இருக்கணும்!”

அவள் நிமிர்ந்து கூர்மையாக அவனைப் பார்த்தாள்.

“இப்படி நான் உங்க காட்சிப்பொருளா வர்றதுக்கு எனக்கு என்ன கூலி கிடைக்கும்?” என்றாள் நிதானமாக.

அவன் வியப்புடன் அவளைப் பார்த்தான். பிறகு பரிகாசமாகச் சிரித்தான். “நீ நடந்துக்கற விதத்தைப் பார்த்து அதைத் தீர்மானிப்பேன்!”

இவனுக்கிருக்கும் திமிரில் எந்த வார்த்தைகளும் இவனைப் பாதிக்காது என்கிற அயர்வுடன் அவள் நின்றாள்.

அதே சிரிப்புடன், “ஆ... மறந்துட்டேன்!” என்றபடி அவன் கோட் பாக்கெட்டிலிருந்து பர்ஸை எடுத்தான். “ஊருக்குப் போய் வந்ததிலே உன் பணம் எல்லாம் செலவழுஞ்சிருக்கும். இதைச் செலவுக்கு வெச்சுக்கோ” என்று ஐந்து நூறு ரூபாய் நோட்டுக்களை எடுத்தான்.

அந்தச் சிரிப்பையும் பார்வையையும் பார்க்கையில் ‘வேண்டாம் உன் பணம்’ என்று சொல்ல வேண்டும்போல் இருந்த உணர்வை விழுங்கிக் கொண்டு, ‘தாங்க்ஸ்’ என்று முணுமுணுத்தபடி வாங்கி வைத்துக் கொண்டாள்.

அவன் இப்பொழுது பெரிதாகவே சிரித்தான்.

“யூர் ஆர் வெல்கம் மேடம்.” என்று தலையைத் தாழ்த்திச் சொல்லிவிட்டு வெளியேறினான்.

அவனுடைய பரிகாசத்தையும் திமிரையும் உணர்ந்தும் அவன் கொடுக்கும் பணத்தை வெட்கமில்லாமல் வாங்கி வைத்துக்கொள்ளும் தன் கையாலாகாத்தனத்தை நினைத்து அவளுக்குக் கோபம் ஏற்பட்டது. சுய சம்பாத்தியம்

இல்லாதவரை, இவனுடன் இருக்கும்வரை, இந்த அவமானத்தை ஏற்றுக்கொண்டுதான் ஆகவேண்டும் என்று அவள் தனக்குள் சொல்லிக் கொண்டாள்.

"என்னடீது! புருஷன் பெண்சாதிக்கிடையிலே மான அவமானம் எங்கேயிருந்து வந்தது?"

இவன் என்னைப் 'பெண்சாதியாக' மதிக்கவில்லை. இவனுடைய கணிப்பில் 'நான் யார்?' என்ற கேள்வியுடன் அவள் கீழே இறங்கினாள்.

அவன் சாப்பாட்டு மேஜைக்கெதிரில் அன்றைய பேப்பரைப் படித்தபடி உட்கார்ந்திருந்தான். மேஜையில் அவன் வழக்கமாக எடுத்துக்கொள்ளும் டோஸ்ட்டும், வெண்ணெயும், வேக வைத்த முட்டையும், ஜூஸும் இருந்தன.

அவளைக் கண்டதும் பரிகாசம் கலந்த உற்சாகத்துடன், "வா, வா!" என்றான். "ப்ளீஸ் ஜாய்ன் மீ" என்று கவர்ச்சியாய்ப் புன்னகைத்தான். "அனுஸூயா, அம்மாவைக் கவனி!" என்று உள் பக்கம் குரல் கொடுத்து நந்தினியைப் பார்த்துக் கண்ணடித்துச் சிரித்தான்.

அவள் ஒரு கணம் கலைந்து போனவளாய் அவனைப் பார்த்தாள். கல்யாணமான புதிதில் இவனுடைய இந்தக் குறும்பும் சிரிப்பும் பரிகாசமும் பளீரென்று முக லட்சணமும் அவளைக் கவர்ந்தது நினைவுக்கு வந்தது. அந்தப் போதை சில நாட்களுக்கு இருந்தது. மெல்ல மெல்ல அவனது சுபாவம் புரிகிறவரை, புரிந்து அதிர்ச்சி ஏற்படுகிறவரை...

"இன்னிக்கு உன் ரூமிலே படுத்துக்கோ. ராத்திரி நான் வர நேரமாகும். நான் வந்தப்புறம் விளக்கைப் போட்டு உனக்குத் தொந்தரவு கொடுக்க எனக்குப் பிடிக்காது."

"எனக்குக் கஷ்டமில்லே!"

"எனக்குக் கஷ்டம்!"

இரவு ஒரு மணிக்கு மேல் அவன் வந்ததை உணர்ந்து அவள் தன் அறை வாசலிலிருந்து எட்டிப்பார்த்தபோது ஏற்பட்ட அதிர்ச்சியில் நா உலர்ந்து...

"என்ன, சாப்பிடல்லே?"

அவள் திடுக்கிட்டு நிமிர்ந்து பார்த்தாள். அவன் கண்களில் அதே பரிகாசச் சிரிப்பு. "அனுசுயா! அம்மாவுக்கு டோஸ்ட் பிடிக்கலேன்னா வேற ஏதாவது செஞ்சு கொடுக்கக் கூடாது?"

அய்யாவின் திடீர் அக்கறைப் பேச்சில் குழம்பி நின்றவள்போல் அனுசுயா விழித்தாள். இவர்களுக்கெல்லாம் தெரியாமல் இருக்காது. படியளப்பவன் என்ற காரணத்தால் வாய் ஊமையானாலும் காதும் கண்ணும் கூர்மை. அவளைப் பார்க்கும் அவர்களது பார்வையில் நிழலாடும் 'ஐயோ பாவ'த்திற்கு விளக்கம் தேவையில்லை.

"எனக்கு வேற ஒண்ணும் வேண்டாம்!" என்று முணுமுணுத்தபடி அவள் ஜூஸ் டம்ளரை எடுத்துக் கொண்டாள். ஜூஸ்ஸுக்குள், அறையை நோக்கிச் செல்லும் அவன் பின் உருவம் தெரிந்தது. அவனது கரங்களில் ஒரு பாரம். அவனது கழுத்தை வளைத்தபடி ஒரு வெள்ளைக் கை... வலப்புறம் உல்லாசமாகத் தொங்கிய இரண்டு வெள்ளைப் பாதங்கள்... ஜிகினா வேலை செய்யப்பட்ட ஜார்ஜெட் கொசுவங்கள்... தூ!

வாயருகில் சென்ற ஜூஸ் உள்ளே இறங்காமல் குமட்டிக் கொண்டு வந்தது.

"ஏன் என்னவோ மாதிரி இருக்கே? ராத்திரி தூங்கல்லியா?"

"தூங்கினேன்" என்று அவள் யதார்த்தத்துக்குத் திரும்பினாள். "நீங்க?" நேற்றைய பர்ஃப்யூம் நெடியும் சன்னக்குரல் பேச்சும் புகையாய் நினைவைத் தாண்டி நகர்ந்தன.

"ஃபஸ்ட் க்ளாஸாய்த் தூங்கினேன்!" என்று அவன் பளீரென்ற பல் வரிசையைக் காண்பித்தான்.

“நீ வந்துட்டே என்கிற நிம்மதியிலே!” என்று கண் சிமிட்டினான். அடிக்குரலில் ஆங்கிலத்தில் சொன்னான்.

“நீ நல்ல பெண்தான். அசட்டுப் பெண்ணானாலும் நீ வீட்டிற்குள் இருக்கிறாய் என்கிற உணர்வு ஒரு திருப்தியைக் கொடுக்கிறது...”

அவளுக்கு முகம் சிவந்தது.

“ஆமாம். உங்க சீண்டலுக்கு ஆள் வேண்டாமா பின்னே?”

அவன் அலட்சியமாகச் சிரித்துக் கொண்டு எழுந்தான்.

அவள் எதிர்பாராமல் அவளருகில் வந்து அவள் கன்னத்தைத் தட்டினான். காதருகில் குனிந்து மெல்லிய குரலில் “பீ எ நைஸ் கர்ல்! பார்ட்டிக்குச் சரியா ஏழரை மணிக்குத் தயாராயிருக்கணும். கூலி கிடைக்கும் நிச்சயமா!” என்றான். கன்னத்தில் அதரங்கள் உரசின.

அவமானத்தில் அவள் முகம் சிவந்து போயிற்று. அனுசுயாவின் பார்வைக்கும் போர்ச்சில் நிற்கும் டிரைவரின் பார்வைக்கும் இவனது செய்கை தப்பாமல் போகாது என்கிற உணர்வில் அவள் பதில் சொல்லாமல் தலையைக் குனிந்து கொண்டாள்.

‘உன்னுடைய ரொட்டித் துண்டுக்காக நான் காத்து நிற்கல்லே... நீ தினம் தினம் அழைத்துக் கொண்டு வரும் நாய் ஜன்மங்களிலே நான் ஒருத்தி இல்லே...’

தொண்டை கிழியக் கத்த வேண்டும் போல், அறையில் இருக்கும் சாமானையெல்லாம் உடைக்க வேண்டும் போல் அவளுள் ஆத்திரம் வந்தது.

போர்ச்சிலிருந்து கார் கிளம்பிச் சென்ற வெகுநேரத்துக்கு அவனது வாசனைப் காதருகில் ரகசியம் பேசிற்று. பரிகாசமாகச் சிரித்தது. அதிலிருந்து தப்பிக்க அவள் தோட்டத்துக்குச் சென்றாள்.

ஹரிராமைப் பார்த்ததும் சமேலியின் நினைவு வந்தது.

அவனது மகளைப் பற்றின விஷயத்தை இவனிடமிருந்து மறைப்பது நியாயமில்லை என்று தோன்றிற்று. அவளைக் கண்டதும் அவன் அருகில் வந்து, "நமஸ்தே!" என்றான்.

"ஹரிராம், உன்னிடம் ஒண்ணு பேசணும் சமேலி உண்டாகியிருக்கிறது தெரியுமா?"

"ஓ, கடவுளே அது வேறயா? எனக்குத் தெரியாது மேம்ஸாப்!"

"சமேலியை நீ மறுபடி அவள் புருஷனிடம் அனுப்புவதில்லை என்று தீர்மானித்துவிட்டாயா?"

"ஆமாம் மேம்ஸாப்"

"சமேலி 'புருஷனை வெறுக்கி'றேன் என்கிறாள். இது ஒரு அனாவசியச் சுமை. வேண்டாம் என்கிறாள். பழைய காலம் மாதிரி நடக்கிறபடி நடக்கட்டும் என்று இப்ப உட்கார முடியாது ஹரிராம். யதார்த்தமாகவும் யோசிக்கணும், குழந்தை பிறந்தா வளர்க்கணும், ஆளாக்கணும், புருஷன் சொந்தம் கொண்டாட வருவான். கருவைக் கலைத்துவிடச் சொல்கிறாள் சமேலி. நீ என்ன சொல்கிறாய்?"

ஹரிராமின் முகத்தில் மெல்லிய குழப்பம் படர்ந்தது. "இந்த மாதிரியெல்லாம் என் வீட்டில் நடந்ததேயில்லை மேம்ஸாப்!"

அவள் அனுதாபத்துடன் அவனைப் பார்த்தாள். "எல்லாத்துக்கும் ஒரு ஆரம்பம் எப்பவாவது ஏற்படணும் ஹரிராம். யோசித்து நாளைக்குச் சொல்லு. காலங்கடத்தாதே!"

"சரி மேம்ஸாப்!"

'சமேலியின் நிலை எனக்கேற்பட்டால் நான் என்ன முடிவெடுப்பேன்' என்று எட்டிப்பார்த்த கற்பனையை அவள் ஓர் அதிர்ச்சியுடன் அவசரமாகக் கலைத்தாள்.

அன்று மாலை பிரபு ஏழு மணிக்கே வந்துவிட்டான். அவளுடைய அலங்காரத்தை மெச்சுகிறார்போல் லேசாக விசில் அடித்தான்.

"என் மனைவி எத்தனை அழகு!" என்ற ஆங்கிலத்தில் பாராட்டை விடப் பரிகாசம் தெரிந்தது.

வெகு ஆதர்ச தம்பதிகள் போல் இருவரும் அசோக் ஹோட்டல் பாங்க்வெட் ஹாலில் நுழைந்தபோது எல்லார் பார்வையும் அவர்கள் மேல் பதிந்ததும் அவளது இடையை அணைத்திருந்த அவனது கை நிதானமாக விலகிற்று.

வழக்கமான கும்பல் வந்திருந்தது. அழுமூஞ்சி சியாமளாவும் அடங்காப்பிடாரி ரேகாவும்... புன்னகையுடன் கண்கள் அளைந்து தயக்கத்துடன் ஒரு நபரின் மேல் நின்றது. அந்த நபர் அவளைப் பார்த்த நிலைத்த பார்வையில் ஓர் ஈர்ப்பு இருந்தது. மெலிதாக வியப்பேற்பட்டது.

***

அத்தியாயம்

7

நந்தினி ஒரு வினாடி குழப்பத்துடன் நின்றாள். அவன் தன்னை நோக்கி வருகிறானா, தனக்குப் பின்னால் நிற்பவர் யாரையேனும் பார்க்க வருகிறானா என்று சந்தேகமாக இருந்தது.

அங்கங்கே சின்ன, பெரிய முடிச்சுகளாக அந்தப் பெரிய கூட்டம் முழுவதும் சிரிப்பிலும் பேச்சிலும் அறிமுகங்களிலும் மற்றவர்கள் சிதறி நிற்க, அவள் மட்டும் தனித்து இவளது பார்வைக்குள் நின்றாற்போல் அவளுக்குப் பிரமையேற்பட்டது.

நல்ல வேளையாக அந்தப் பக்கமாக வந்த பேரர் நீட்டிய தட்டிலிருந்து ஒரு பைனாப்பிள் ஜூஸை எடுக்கும் சாக்கில் கூச்சத்தை மறைக்க முயன்றாள்.

‘‘ஹல்லோ!’’

குரல் நேர் எதிராகக் கேட்டதும் அவள் நிமிர்ந்து புன்னகைத்து, ‘‘ஹல்லோ!’’ என்றாள்.

‘‘நான் தயானந்த். ஜே.என்.யூ.வில் ஃப்ரெஞ்ச் ஃப்ரொஃபஸராக இருக்கிறேன்!’’ என்றான் அவன் ஆங்கிலத்தில்.

அவனது பார்வையில் ஓர் அசாதாரணத் தெளிவு இருந்தது. அதரங்கள் புன்னகைத்தபோது கண்களும் சுவாரஸ்யத்துடன்

சிரித்தன. மீசையுடன் தொடர்ந்த சின்னத் தாடி - முகவாயில் மட்டும் டிரிம்மாக...

"நான் மிஸஸ் பிரபு" என்றாள் அவள். "ஜே.கே. இன்டஸ்ட்ரீஸ் அதிபர் பிரபுவின் மனைவி."

"ஓ!"

குரலில் மெலிதான ஆச்சரியத்துடன் ஏமாற்றம் தொனித்தாற்போல் அவளுக்குத் தோன்றிற்று.

அவன் சிரித்துக் கொண்டு கேட்டான். "உங்களுக்கு என்று ஐடென்ட்டிட்டி. இல்லையா - மிஸஸ் ஸோ அண்ட் ஸோ என்பதைத் தவிர...?"

அவள் கூச்சத்துடன் சிரித்தாள். "எந்த மாதிரி? நான் வேலைக்கு எங்கும் போவதில்லை. வெறும் 'மிஸஸ் ஸோ அண்ட் ஸோ' தான்."

"குறைந்தபட்சம் உங்களுக்கென்று ஒரு பெயர் இருக்குமல்லவா?"

"நந்தினி" என்றாள் அவள் சிரித்துக் கொண்டு.

"ஆ... தட்ஸ் பெட்டர்!" அவன் புதிய கனிவுடன் அவளைப் பார்த்தான். "எப்படிப் பொழுதைக் கழிக்கிறீர்கள்?" என்றான் மிருதுவாக. "ஓ, சமூக சேவை செய்வீர்கள்! உங்கள் எல்லோருடைய பொழுதுபோக்கும் அதுதான் அநேகமாய்!"

அவன் குரலில் கேலி தொனித்தது. "நான் எந்தச் சேவையும் செய்வதில்லை." என்றாள் அவள் வேகமாக.

"நீங்கள் ஏதாவது செய்தாக வேண்டும்." என்றான் அவன் தீவிரத்துடன், பார்வையில் மெல்லிய குறும்பும் சிரிப்பும் இழையோடின. "ஜே.என்.யூ-வில் சேர்ந்து ஃப்ரெஞ்ச் கற்றுக்கொள்ளுங்களேன்?"

அவள் சிரித்தாள், "அப்பொழுது ஐடென்ட்டிட்டி, வந்து விடுமா?"

"கண்டிப்பாக. நீங்கள் நந்தினி என்பதை மறக்காமல் இருப்பீர்கள்" அந்தக் குரலில் ஏதோ இருந்தது - கட்டுப்படுத்துகிற மாதிரி.

தன் திகைப்பை மறைத்துக் கொண்டு அவள் புன்னகைத்தாள். "உங்கள் யோசனைக்கு நன்றி!"

"எப்பொழுது சேருகிறீர்கள்? புதிய ஸெஷன் அடுத்த வாரம் ஆரம்பிக்கிறது."

சற்றுத் தொலைவில் ஒரு வெளிநாட்டுக் கும்பலுக்கு இடையில் பிரபு நின்றிருந்தது தெரிந்தது - கவர்ச்சியான சிரிப்புடன். சுத்தமான ஆங்கில உச்சரிப்புப் பேச்சுடன்... பேச்சுக்கிடையில் அவள் மேல் பதிந்த பார்வையில்,

"யோசித்துச் சொல்கிறேன்!" அவள் தயானந்தைப் பார்த்துப் பளிச்சென்று தன் பல்வரிசையைக் காண்பித்துப் புன்னகைத்தாள். "இந்த வியாபாரக் கும்பலில் ஒரு அறிவிஜீவி எப்படி மாட்டிக்கொண்டது?"

அவன் பெரிய ஹாஸ்யத்தைக் கேட்டவன்போல் சிரித்தான். "எல்லா ஜீவிகளுக்குள்ளேயும் ஒரு வியாபாரத்தனம் உண்டு தெரியுமோ? பாரிஸ்ஸிலிருந்து ஒரு ஃப்ரெஞ்சு இன்டஸ்ட்டியரிலிஸ்ட் வந்திருக்கிறார். என் சினேகிதர். தற்சமயம் நான்தான் அவருக்கு இன்டர்ப்ரிட்டர். என் மொழிபெயர்ப்பில்தான் அவருக்கு நம்பிக்கை."

அவன் தோழமையுடன் கண்ணைச் சிமிட்டிச் சிரித்தான். பிரபுவின் படாடோப உயர்மட்ட வட்டத்தில் இதுவரை வெறும் உதட்டோர உச்சரிப்பு வார்த்தைகளையும், நாசூக்கான புகழ்ச்சிகளையும், அர்த்தமில்லாத பரிகாசங்களையும் மட்டுமே கேட்டிருந்த அவளுக்கு இவனது பார்வையும் பேச்சும் அதில் தொனித்த சிநேகிதச் சரளமும் விநோதமான உணர்வை ஏற்படுத்தின - அவளுக்குப் பழக்கப்பட்ட உலகத்தின் சாயலை, ஞாபகப்படுத்துவது போல்.

அவன் சற்றே அருகில் வந்து சின்னச் சிரிப்புடன் மெல்லிய குரலில் சொன்னான். "ஃப்ரெஞ்சினால் எவ்வளவு உபயோகம் பார்த்தீர்களா? கற்றுக் கொண்டீர்களானால் உங்கள் கணவருக்கு ரொம்ப உபயோகமாக இருப்பீர்கள்!"

அவள் சிரித்தாள், "உங்களுக்கென்ன மாணவர்களே இல்லையா? இத்தனை பிரசாரம் செய்கிறீர்கள்!"

"நிறைய இருக்கிறார்கள். ஆனால் இத்தனை அழகானவர்கள் இல்லை."

அவளுக்கு லேசாக முகம் சிவந்தது. அவள் பதில் சொல்லாமல் புன்னகையுடன் கூட்டத்தைத் துழாவினாள். பிரபுவின் பார்வை அவள் மேல் பதிந்து விலகிற்று. அருகில் நின்றிருந்த பெண்மணியின் தோளை நெருக்கமாக அணைத்தபடி அவன் நகர்கையில் தயானந்த் சொன்னான். "நீங்கள் அவசியம் எங்கள் வகுப்பில் சேர வேண்டும். இட்வாஸ் நைஸ் மீட்டிங் யூ!" அவளிடம் விடைபெற்றுக்கொண்டு கும்பலுக்குள் இன்னொரு வட்டத்தில் அவன் நுழைந்ததும் புன்னகையுடன் நந்தினி திரும்பினாள்.

"யார் அது?" என்றபடி சியாமளா நின்றிருந்தாள். போன மாதம் பார்த்ததற்கு இப்பொழுது தடிமனாகியிருந்தாள். ஊதா நிறப் பனாரஸ் புடவைக்குப் பொருந்தாத சிவப்பு ரவிக்கையும் மிகையான பவுடரும் உதட்டுச் சாயமுமாய் நின்ற அவளைப் பார்க்கப் பரிதாபமாக இருந்தது.

"ஜே.என்.யூ.விலே ஃப்ரெஞ்ச் ப்ரொஃபஸராம்! நீ எப்படி இருக்கே சியாமளா? பார்த்து ரொம்ப நாளாச்சு இல்லே? பத்மாநாபன் எப்படி இருக்கார்?"

"அவருக்கென்ன? ஜம்முன்னுதான் இருக்கார்! அதோ!"

கையில் விஸ்கி க்ளாசுடன் யாருடனோ பத்மநாபன் அட்டகாசமாகச் சிரித்துப் பேசிக் கொண்டிருந்தார்.

வாட்டசாட்டமாகச் சிவந்த நிறமும் தீர்க்கமான மூக்கும் கச்சிதமான நாகரீக உடையுமாய்...

"மொடெல்லா அட்வர்டைஸ்மெண்ட்லே வர மாதிரி இல்லே பார்?"

அவருக்கும் தனக்கும் சம்பந்தமே இல்லை என்கிற பிரக்ஞையுடன் நிற்கும் அவளைப் பார்த்து நந்தினி சங்கடத்துடன் சிரித்தாள். "நீ எப்படி இருக்கே சியாமளா? உன் உடம்பு எப்படி இருக்கு?"

மளக்கென்று சியாமளாவின் கண்களில் நீர் நிறைந்தது. "எப்படியிருக்கு பார். நானும் எவ்வளவோ டயட் பண்ணிப் பார்த்துட்டேன்! உடம்பு இளைக்க மாட்டேங்கிறது. நான் என்ன செய்யட்டும் சொல்லு."

"யோகா க்ளாஸ் எதுக்காவது போய்ப் பாரேன்."

"அதெல்லாம் எனக்குச் சரிப்பட்டு வரல்லே. ப்ளட் பிரெஷர் வேற, இவங்க பிடுங்கற பிடுங்கல்லே ப்ரெஷர் ஏறாம என்ன செய்யும்?"

இவளைச் சமாதானப்படுத்துவது இந்த ஜன்மத்தில் சாத்தியமில்லை என்கிற நிராசையுடன் பைனாப்பிள் ஜூஸை உறிஞ்சியபடி அவள் சுற்றிலும் பார்வையை ஓட்டினாள்.

ஆண்களுக்கு ஜோடியாக அல்லது போட்டியாகக் கையில் விஸ்கி க்ளாஸுடன் மெல்லிய ஷிஃபான் புடவையில் ரேகா. அவள் தோள்மேல் சுவாதீனமாகக் கையைப் போட்டுக் கொண்டு நின்ற சோப்ரா... ரேகா எதற்கோ குலுங்கிச் சிரித்தாள் மார்புச் சீலை நழுவுதைக் கவனிக்காமல், இரண்டங்குல ரவிக்கையின் பலவீனத்தில் வெளிப்பட்ட மார்பின் பரிமாணத்தை அங்கு நின்றிருந்தவர்கள் கவனித்துவிட்ட பெருமிதத்தில் சாவகாசமாக ஷிஃபான் மறுபடி மேலே ஏறுகிறது...

"காலையிலேர்ந்து படுக்கிறவரைக்கும் பார்க்கும்போதெல்லாம் ஒரு மனுஷன் கடுகடுத்தார்னா எப்படியிருக்கும்? நான் குண்டுதான்.

அசமந்தம்தான். இனிமே எப்படி மாத்திக்குவேன்? என்னைப் பார்த்திட்டுத்தானே கல்யாணம் செய்துக்கிட்டார். அப்ப எங்கப்பா சொத்து மட்டுந்தான் கண்ணுலேபட்டிருக்கும்!''

ஓ! இவளிடம் வகையாக மாட்டிக் கொண்டோம் என்று அவளுக்கு ஆயாசமேற்பட்டது. உல்லாசமாகப் பேசிக்கொண்டிருந்த பத்மனாபனைப் பார்த்து எரிச்சல் ஏற்பட்டது.

சியாமளா குரலைத் தாழ்த்தினாள். ''ரேகா மாதிரி இருன்னா நம்மாலே முடியுமோ?''

அவள் திடுக்கிட்டு நிமிர்ந்தாள். ''கடவுளே! எதுக்கு அவ மாதிரி இருக்கணும்?'' என்றாள் தன்னையறியாமல்.

சியாமளா குழந்தைத்தனமாய்ச் சிரித்தாள். ''நீயே சொல்லு நியாயத்தை, அவ ஸ்மார்ட்டாம், நல்லா ட்ரெஸ் பண்ணிக்கிறாளாம்! ஊரான் பெண்ஜாதியை ரசிக்கிறதும் பாராட்டறதும் இவங்களுக்கு ரொம்பச் சுலபம்!'' வாக்கியத்தை முடிப்பதற்குள் சியாமளாவுக்குத் துக்கம் தொண்டையை அடைத்தது.

''அவங்க சொல்றதையெல்லாம் நீ ரொம்ப சீரியஸ்ஸா எடுத்துக்கக் கூடாது சியாமளா!'' என்றாள் நந்தினி சமாதானமாக.

''நீ சுலபமாச் சொல்லிட்டே. ஏன்னா உனக்கு என்னுடைய பிரச்சினைகள் இல்லே!''

அவளுக்குச் சிரிப்பு வந்தது. எத்தனை வெகுளி இவள்!

அவள் பதில் ஏதும் சொல்லாமல் இன்னமும் ட்ரிங்ஸ் வழங்கப்படுவதைக் கவனித்துச் சாப்பாட்டுக்கு எத்தனை நேரம் ஆகுமோ என்கிற கவலையுடன் நகர்ந்தாள்.

''ஹல்லோ மிஸஸ் பிரபு''

இங்கிலீஷ் லாவண்டரின் மணமும் விஸ்கியின் மணமும் வெகு அருகில் வந்தன. அவள் திடுக்கிட்டுத் திரும்புவதற்குள்

ரேகாவின் கணவன் அகர்வாலின் கை அவள் இடுப்பை அணைத்தது. "எப்படியிருக்கிறீர்கள்? யூ ஆர் லுக்கிங் கிரேட்!"

காதருகில் ரகசியம் போல் வார்த்தைகள் கிசுகிசுத்தன. சற்றுத் தொலைவில் இவர்களைக் கவனித்தபடியே சோப்ராவின் தோளை அணைத்தபடி ரேகா... கையில் விஸ்கியுடன் பிரபுவின் கண்கள் எங்கிருந்தாவது கண்காணித்துக் கொண்டிருக்கும் என்கிற உணர்வில் முகம் சிவக்க அவள் மெல்ல அகர்வாலின் கையை விலக்கினாள்.

"ஓ, கமான்! பிரபு ஒன்றும் சொல்லமாட்டான். அவனைப் பற்றிக் கவலைப்படாதீர்கள். ஹி இஸ் ஹாவிங் எ நைஸ் டைம்!"

அகர்வாலின் கை மறுபடி அவள் இடுப்பைப் பலவந்தமாகப் பிடித்துக் கொண்டது.

பளார் என்று இவன் கன்னத்தில் அறைந்தால் என்ன என்று அவளுக்கு ஆத்திரம் வந்தது. அகர்வாலிடமிருந்து வந்த நெடி வயிற்றைக் குமட்டியது.

"ப்ளீஸ் மிஸ்டர் அகர்வால், என்னை விடுங்கள்!"

அவள் கலவரத்துடன் பிரபு இருந்த திக்கைப் பார்த்தாள். அவனைக் காணவில்லை.

"எதற்கு இப்படிப் பயப்படுகிறாய்?" ஒருமையில் கொஞ்சலாய் வார்த்தைகள் ஹிந்தியில் வெளிப்பட்டன. "பிரபுவுக்கும் என்னைப்போல் தாராள மனசு. ரேகாவைப் பார். சுதந்திர மனுஷி... நான் அவள் விஷயத்தில் தலையிடுவதேயில்லை."

யாரும் அவர்களைக் கவனித்ததாகவே தெரியவில்லை. இந்த மடையனிடமிருந்து எப்படித் தப்பிப்பது என்று தீவிரமாக அவள் சிந்திக்கையில்,

"மிஸ்டர் அகர்வாலுக்கு ஒரு அவசரமான ஃபோன்கால்" என்றபடி தயானந்த் வந்தான்.

அகர்வாலின் கை மெள்ளத் தளர்ந்தது.

"எனக்கா?"

"பி.எம். அகர்வால் நீங்கள்தான் என்றால்...!"

"டாமிட் நான்தான் அது!" நந்தினியின் கன்னத்தை லேசாகத் தட்டி, "ஸீ யூ லேட்டர் பேபி" என்று அவர் விரைவதைப் பார்த்து,

"பாஸ்டர்ட்!" என்றான் தயானந்த் அடிக்குரலில். பிறகு உரக்க, "ரிஸப்ஷனில் இருக்கிறது போன். மிஸ்டர் அகர்வால்!" என்றான். அவளைப் பார்த்துக் கண் சிமிட்டி, "ரிஸப்ஷன் இங்கிருந்து ரொம்ப தூரம்" என்று சிரித்தான்.

அவள் தன்னையறியாமல் வாய்விட்டுச் சிரித்தாள். "திரும்பி வந்ததும் உங்களை அவர் சும்மா விடமாட்டார்!"

"நான் இங்கே இருந்தால்தானே? கிளம்பிக்கொண்டே இருக்கிறேன்!" அவன் சரேலென்று திரும்பி அவளைத் தீர்க்கமாய்ப் பார்த்தான். "மை காட்! மிஸஸ் நந்தினி இந்தக் கும்பலில் நீங்கள் எப்படி இருக்கிறீர்கள்?"

கேள்வி கொக்கியாய் நிற்க அதில் மாட்டிக்கொண்டு மீண்டும் வெளியில் வர வழி தெரியாதவள் போல் அவள் தடுமாறுகையில், அவன் சமாதானமாய்ப் புன்னகைத்து, "ஃப்ரெஞ்ச் க்ளாஸை மறக்காதீர்கள்!" என்று கையசைத்துவிட்டுக் கிளம்பினான்.

***

அத்தியாயம் 8

"சிரி! சிரி! எவனோ ஒருத்தன்கிட்டச் சிரிச்சியே, என்கிட்டச் சிரி!'' வார்த்தைகள் விசுவரூபமெடுத்தன. ஒரு குரல் பல குரல்களாக விகசித்து ஆக்ரோஷத்துடன் அவளை முழுசாக அழுத்தின.

''சிரி! நானும்தான் கேக்கறேன் உன் சிரிப்பை!''

அலறி அடித்துக்கொண்டு நந்தினி விழித்துக் கொண்டாள். மார்பு படபடத்தது. உள்ளங்கையும் நெற்றியும், உஷ்ணமேறி வியர்த்தன. மனசும் புலன்களும் விழித்துக்கொள்ள, ஒரு நிலைக்கு வர சற்று நேரம் ஆயிற்று.

அறையின் இருள் பழக்கமானதும் அவள் திடுக்கிட்டு எழுந்து உட்கார்ந்தாள். பக்கத்தில் சீராக மூச்சுவிட்டபடி பிரபு தூங்கிக் கொண்டிருந்தான். பிந்தைய இரவின் சம்பவங்கள் எல்லாம் பிரளயமாய் நினைவை அழுத்த, எத்தனை நிச்சிந்தையாய்த் தூங்குகிறான் என்று ஆத்திரம் கட்டுக்கடங்காமல் வந்தது.

கலைந்திருந்த ஆடையைச் சரிசெய்துகொண்டு எழுந்திருக்கையில், 'எத்தனை கேவலமாகிப் போனேன்!' என்று துக்கமேற்பட்டது. இவனருகில் படுக்க நேர்ந்ததால் அவளுள் ஏற்பட்ட அவமான உணர்வை யாராவது புரிந்து

கொள்வார்களா என்று அவளுக்குத் திடீரென்று சந்தேகம் வந்தது.

நிச்சயம் புரிந்துகொள்ள மாட்டார்கள். 'இந்த நியாயமான உறைவைக் கண்டு நீ கூச்சப்பட்டாயானால் உனக்குத்தான் ஏதோ மனக்கோளாறு' என்பார்கள். அதாவது, இந்த உறவில் பௌதீக பலவீனத்தால் நீ கீழ்ப்படிந்து போக வேண்டியவள் - அவனுடைய இச்சைக்காக, அவனுடைய சுகத்துக்காக மனைவி என்கிற ஸ்தானத்தில் அமர்த்தப்பட்டவள் என்கிற தர்க்கத்தில்...

கட்டிலில் தூக்கத்திலும் ஒரு மதர்ப்புடன் நிச்சிந்தையாகப் படுத்திருக்கும் அவனைப் பார்க்கப் பார்க்கக் கிளம்பிய எரிச்சலைக் கட்டுப்படுத்த முடியாதவளாய் அவள் அறைக் கதவை ஓசைப்படுத்தாமல் திறந்து கொண்டு வெளியே வந்தாள்.

தன்னறைக்குச் சென்று தாழிட்டுக்கொண்டு கட்டிலில் குப்புறப்படுத்ததும் காத்திருந்த மாதிரிக் கண்களில் நீர் நிறைந்தது.

நேற்று இரவு பார்ட்டி முடிந்து வீட்டிற்கு வரும்போது கிட்டத்தட்ட இரண்டு மணி ஆகிவிட்டது. வாயிற்கதவைப் பூட்டி மாடிப்படியேறி அவரவர் சிந்தனைகளில் ஆழ்ந்தபடி நடந்து பல மாதங்களாக ஏற்பட்டுப்போன வழக்கப்படி தன் அறைக்குச் செல்ல அவள் முற்பட்டபோது அவன் சரேலென்று அவளை இரு கைகளாலும் தூக்கிக்கொண்டு தன் அறையை நோக்கி நடந்தான்.

அவள் திடுக்கிட்டு, "என்னது இது. விடுங்கள்!" என்று திமிறினாள்.

அவள் முகத்துக்கு நேர் குனிந்த அவனது அதரங்களில் வழக்கமான பரிகாசப் புன்னகை தெரிந்தது. "கூலி வேண்டாம்?"

"வேண்டாம்!" என்றாள் அவள் வேகத்துடன்.

அவளுடைய உத்வேக மறுப்பை லட்சியம் செய்யாமல் அவன் விரைந்தபடியே மெல்லிய கோபத்துடன் சொன்னான். "ஏன், ஏன் வேண்டாம்னு கேக்கறேன் நான் கொடுக்கும்போது வேண்டாம்னு சொல்ல உனக்கு எந்த அதிகாரமும் கிடையாது."

'உன் கூரைக்கடியில் நான் இருக்கும் வரை எனக்கு எதற்கும் அதிகாரமில்லை' என்கிற ஆத்திரத்தில் அவள் மெல்ல முணுமுணுத்தாள். "தர்மம் பண்ற மாதிரி எனக்கு எந்தப் பிச்சையும் வேண்டாம்!"

கட்டிலில் அவளைக் கிடத்திவிட்டு அவன் சிரித்தான்.

"ஓ, ஸாரி! உன் பாரம்பரியத்தை மறந்து போயிட்டேன். இது தர்மமும் இல்லே. பிச்சையும் இல்லே. ரோசப்பட்டுக்காதே. எனக்கு வேண்டியபோது எடுத்துக்கொள்ள உன் பர்மிஷன் எதுக்கு?"

ஒரு கையாலாகாத்தனச் சோர்வுடன் தன் முகத்தை இரு கைகளாலும் அவள் மூடிக் கொண்டாள். அவன் வெடுக்கென்று அவற்றைப் பிரித்தான். "மனு தர்ம சாஸ்திரம் என்ன சொல்கிறதுன்னு அந்தத் தாடிக்காரன்கிட்டக் கேளேன். ஜே.என்.யூ. ப்ரொஃபஸர் என்னைவிட நன்றாய் விளக்குவான்!"

'இந்தக் கூட்டத்தில் எப்படி இருக்கிறீர்கள்?' என்ற வார்த்தைகளின் தாயகத்தில் அவள் பதில் சொல்லாமல் விட்டதைப் பார்த்தாள். அவன் திடீரென்று அவள்மேல் பாய்ந்தான். "சிரி! சிரி! அந்தத் தாடிக்காரன் பேச்சுக்கெல்லாம் சிரிச்சியே. என்கிட்ட சிரி! நானும்தான் கேக்கறேன் உன் சிரிப்பை...!"

அவனது ஆக்கிரமிப்புக்கு அடங்கிப் பணிந்து போனபோது கண்களிலிருந்து சரம்சரமாய் நீர்தான் வழிந்தது.

"சிரிக்க மாட்டியா நீ? உன் அழுமூஞ்சி முகத்தைத்தான் எனக்குக் காண்பிப்பியா? மனு தர்மம் என்ன சொல்றதுன்னு சொல்லவா?"

"அந்த மனு ஒரு ஃப்ராட்! உங்களை மாதிரித் திமிர் பிடிச்சவன் பெண்களை அடக்கி ஆள நினைச்ச வக்ரபுத்தி உள்ளவன்...!"

அவன் பெரிதாகச் சிரித்தான். "உன்னை மாதிரி ஒரு அடங்காப்பிடாரிப் பெண்டாட்டி இருந்திருப்பாள் அவனுக்கு. அவன் என்னதான் செய்வான்?"

வெகு நேரத்துக்கு அந்தச் சிரிப்பில் இருந்த எகத்தாளமும் திமிரும் அலட்சியமும் உடம்பின் ஒவ்வொரு அணுவையும் தகித்தன.

இப்பவும், அவளுடைய பிரத்தியேகக் கட்டிலில் படுத்த பிறகும் தகித்தன.

தினம் தினம் இந்த ஆகுதியில் முங்கித் தீக்குளித்து என்ன சாதிக்கப் போகிறேன்? கடைசியில் உருவமும் அருவமும் இழந்து, நந்தினி என்கிற 'நானை' மறந்து...

'உங்களுக்கென்று ஒரு ஐடென்ட்டிட்டி இல்லையா?'

யாரோ தட்டி எழுப்பினாற்போல் அவள் எழுந்து உட்கார்ந்தாள்.

'இருக்கிறது' என்று அவள் தனக்குள் வேகமாகச் சொல்லிக் கொண்டாள். அது இன்னமும் உயிரோடு இருப்பதால்தான் இத்தனை போராட்டங்கள். இல்லாவிட்டால் என்றைக்கோ நானும் ஒரு சியாமளாவாகவோ ரேகாவாகவோ தனித்தன்மையை இழந்து, நான் யார் என்பதை மறந்து, யாரையோ வஞ்சம் தீர்த்துக்கொள்ள என்னை நானே அழித்துக் கொண்டிருப்பேன்...

அத்தனை கேவலத்துக்கு நான் என்னை இறக்கிக்கொள்ள மாட்டேன். நிச்சயம்... என்னவெல்லாமோ சம்பந்தமில்லாத யோசனைகள், உபாயங்கள் சினிமாக்காட்சி போல மனத்தில் நிழலாட அவள் தூங்கிப் போனாள்.

காலையில் கண் விழித்தபோது விடிந்து வெகு நேரமாகிவிட்டிருந்தது. மறுபடியும் முந்தைய இரவின் ஞாபகமெல்லாம் சீறிக்கொண்டு வர அவள் சோர்வுடன் கண்களை மூடிக்கொண்டாள். நான் சீக்கிரம் எழுந்திருக்காததால் இந்த வீட்டில் எந்த வேலையும் நிற்கப் போவதில்லை. அலுவலகத்துக்குக் கிளம்புமுன் என் உதவியையோ அண்மையையோ எதிர்பார்த்துப் பிரபு நிற்கவில்லை.

மனைவி, வீட்டு எஜமானி என்கிற வார்த்தைகள் என் வரையில் அலங்கார வார்த்தைகள். அதனால்தான் நேற்றைய சம்பவம் இத்தனை அவமானத்தை ஏற்படுத்துகிறது.

நான் மனைவியாக நடத்தப்படவில்லை நேற்று. வேசியாக நடத்தப்பட்டேன்...

'மனு தர்மம் என்ன சொல்றது தெரியுமா?'

பிரபு எதிரில் நிற்பதாகப் பாவித்து, 'டாம் யூ!' என்று வாய்விட்டுக் கத்திப் பிறகு சுயநினைவு வந்து அலுப்புடன் எழுந்தாள்.

ஜன்னல் வழியே தெரிந்த தோட்டத்து மூலையில் ஹரிராமின் குவார்ட்டர்ஸ். வாசல்படியில் உட்கார்ந்து சமேலி அரிசி பொறுக்கிக் கொண்டிருந்தாள். எழுத்தறிவில்லா இவளுக்கு இருக்கும் தன்மான உணர்வுகூட தமக்கில்லை என்ற குற்ற உணர்வுடன் அவள் பல் துலக்கிக் குளித்து, பிரபு கிளம்பிப் போய்விட்டான் என்று நிச்சயப்படுத்திக் கொண்ட பின் கீழே இறங்கினாள். அவள் காலை ஆகாரம் முடிப்பதற்காக ஹரிராம் காத்திருந்தான்.

அவளைக் கண்டதும், "சமேலியை டாக்டரிடம் அழைத்துப் போங்கள் மேம்ஸாப்" என்றான் சுருக்கமாக. "எனக்கு மனசு ஒப்பவில்லைதான். ஆனால் வேறு வழியும் சரியாகப்படவில்லை. செலவாகுமா மேம்ஸாப்?"

"அதைப்பற்றி நீ கவலைப்படாதே. சமேலியைத் தயாராகச் சொல்லு!" என்றாள் அவள்...

கிளினிக்குக்குச் சென்ற பத்து நிமிஷத்திலேயே டாக்டர் வேலையை முடித்துவிட்டார். மயக்கம் தெளிந்ததும் சமேலியை வீட்டிற்கு அழைத்துப் போகலாம் என்றார். காத்திருந்த சமயத்தில் ஆபரேஷன் தியேட்டரிலிருந்து இன்னொரு ஸ்ட்ரெச்சர் வந்தது.

மயக்க நிலையில் ரேகா படுத்திருந்தாள். நந்தினி மெல்லிய வியப்புடன் பார்த்தாள். நேற்றைய பார்ட்டியில் இவளது தளுக்கும் குலுக்கும் அட்டகாசச் சிரிப்பும் நினைவுக்கு வந்தன. இப்பொழுது மயக்க நிலையில் நிராதரவாகப் படுத்திருப்பது நம்ப முடியாததாக இருந்தது.

தமிழ்ப் பேசும் கேரளத்து நர்ஸ் சினேகத்துடன் புன்னகைத்தாள். "இந்தம்மாவுக்கு இது ஒரு பொழுதுபோக்கு!"

"எது?"

"கலைச்சுக்கறது! வேற எதுக்கு இந்தக் கிளினிக்குக்கு வராங்க?"

"உடம்பு கெட்டுப் போகாதா?" என்றாள் நந்தினி அப்பாவித்தனமாக.

நர்ஸ் சிரித்தாள்.

"பெரிய மனுஷங்க உடம்பு, காசை விட்டெறிஞ்சா சொன்னபடி கேட்கும்! உங்களுக்குத் தெரியுமா இவங்களை!"

"தெரியாது!"

நர்ஸ் குரலைத் தாழ்த்திக் கொண்டாள். "இந்தம்மாவுடைய புருஷன் பெரிய பெண்பிள்ளைப்பித்தன்னு சொல்றாங்க. அவன் மட்டும் அப்படியிருக்கலாமா, நானும் என் இஷ்டப்படி இருப்பேன்னு இந்தம்மா நடந்துக்குதாம். எப்படியிருக்கு கதை?

வருஷத்துக்கு நாலுவாட்டி கிளினிக்குக்கு வந்து நிக்குதே, அப்ப சமத்துவம் பேச முடியுமா?''

ரேகாவின் மயக்கம் தெளிந்துவிடும் என்கிற பயத்துடன் நந்தினி நர்ஸின் பிடியிலிருந்து நழுவினாள். நர்ஸின் பேச்சும் ரேகாவின் மயக்க நிலையும் அடிவயிற்றைச் சங்கடப்படுத்தின. அகர்வாலின் லாவண்டர் வாசனையும் மதுவின் நெடியும் உஷ்ணமான ஸ்பரிசமும் பிரத்யட்ச அனுபவமாய் நினைவில் எழும்பி அந்தத் தருணத்து நிஜமாய்க் கலவரப்படுத்தின. அகர்வாலின் நடத்தைக்குச் சவால் விடுக்கத்தான் ரேகா அப்படி நடந்துகொள்கிறாள் என்றால், இந்த நர்ஸ் நையாண்டி செய்வதுபோல் நஷ்டம் யாருக்கு?

ரேகா இருந்த அறைப்பக்கம் கால் வைக்காமல் சமேலியின் மயக்கம் தெளிந்ததும் அவளை அழைத்துக் கொண்டு நந்தினி புறப்பட்டாள்.

காம்பவுண்டுக்குள் ரேகாவின் வண்டி நின்றிருந்தது. அவளை அடையாளம் கண்டுகொண்ட டிரைவர் நமஸ்தே சொன்னான்.

வண்டியைத் தாண்டும்போது உள்ளே ரேகாவின் பதினைந்து வயதுப் பெண் மாயா ஏதோ ஒரு புத்தகத்தைப் படித்தபடி உட்கார்ந்திருந்தாள். அலையலையாய்ச் செம்பொன் நிறக்கூந்தல் தோளில் சரிந்திருந்தது. வெள்ளை நெற்றியும் தீர்க்கமாக இறங்கிய நாசியும் சிவந்த உதடுகளுக்கடியில் கூர்மையான மோவாயும் - எத்தனை அழகு!

"ஹல்லோ, மாயா!''

திடுக்கிட்டு நிமிர்ந்த முகத்தில் வியப்பும் சினேகிதமும் மலர்ந்தன. ப்ரவுன் நிறக் கண்கள் சிரித்தன.

"ஹல்லோ ஆன்ட்டி! அம்மா உள்ளே இருக்கிறாள்!''

"தெரியும். ஸ்கூல் இல்லையா உனக்கு?''

“இன்று லீவு” தலையைக் குனிந்து கொண்டு, “அம்மாவுக்கு உதவி தேவைப்படும் என்று வந்தேன்.” என்றாள்.

காரணம் புரியாமல் நந்தினிக்கு அவள்மேல் அனுதாபம் சுரந்தது. அந்த அழகிய சிறிய தோள்களுக்கு ஏற்பட்டுப்போன பாரம் அதிகமானது என்று தோன்றிற்று. ‘ஸோ ஸ்வீட் ஆஃப் யூ!’ என்று புன்னகைத்து வண்டியில் சமேலியை ஏற்ற நகர்ந்தாள்.

தானும் பதினைந்து வயதில் ஒன்றுமே தெரியாத, புரியாத குழந்தையாக இருந்தது நினைவுக்கு வந்தது. காலையில் சுப்ரபாதத்தில் ஆரம்பித்து இரவு ரேடியோ நியூஸ் வரை எந்தக் கஷ்டமும் காதில் விழாமல் கண்ணில்படாமல் நினைவில் பதியாமல் வாழ்க்கை சரளமாக ஓடியதும், அப்படி ஓடிய பிரச்னையே இல்லாமல், திடுதிப்பென்று கதைகளில் வரும் ராஜகுமாரன் போல் வந்து நின்ற பிரபுவின் கையைப் பிடித்து அவன் சாம்ராஜ்யத்துக்குள் காலடி வைத்ததும்... ஒரு காவியம் என்று இப்பொழுது புரிகிறது. இங்கு காலடி வைக்கிற வரை எத்தனை பாதுகாப்பான வாழ்வு வாழ்ந்திருக்கிறேன் அதனால்தான் அதிர்ச்சிகளைத் தாங்கிக்கொள்ளத் தென்பில்லாமல் நிற்கிறேன்.

இந்த மாயா என்னைப்போல் அதிர்ச்சி அடையமாட்டாள். பதினைந்து வயதுக்குள் வேண்டிய அதிர்ச்சியெல்லாம் தாங்கிக்கொண்டுவிட்ட ஷாக் அப்ஸார்ப் இவள்...

“இன்னும் இரண்டு மூன்று நாட்களுக்கு ரெஸ்ட் எடுத்துக்கொள் சமேலி!” என்று அவளை வீட்டில் சேர்த்துவிட்டு நந்தினி தன் அறைக்குச் சென்றாள்.

இன்றைக்கு மனசு அதிகமாகச் சஞ்சலப்பட்டது. யாரும் திருத்த முடியாத இந்தப் பைத்தியக்காரச் சூழலில் தனது தனித்தன்மையை இழக்காமல் நிலைநாட்டிக்கொள்ள வேண்டியது மிக அவசியம் என்று திடீரென்று தீவிரமாகத்

தோன்றிற்று. முதலில் மூளைக்கு வேலை கொடுக்க வேண்டும். எனக்குப் பழக்கப்பட்ட எளிய வட்டத்துடன் தொடர்புகொள்ள வேண்டும்... அப்பொழுதுதான் எனக்கு விமோசனம்.

அன்று இரவு பிரபு அதிசயமாகச் சீக்கிரமாய் வந்தான். சாப்பிட்டு அவன் படுக்கச் சென்றதும் அவள் அவன் அறைக்குள் நுழைந்தாள். "ஒரு விஷயம் சொல்லணும்." என்றாள் மெல்ல.

"சமேலியைப் பற்றி எனக்கு எதுவும் தெரிய வேண்டாம்!"

எமகாதகன் இவன் என்கிற நினைப்புடன் அவள் தன்னையறியாமல் புன்னகைத்தாள்.

"நான் ஃப்ரெஞ்ச் க்ளாஸ்லே சேரலாம்னு முடிவு பண்ணியிருக்கேன்."

சட்டென்று அவன் கண்களில் ஒரு பரிகாசம் படர்ந்தது.

"ஃப்ரெஞ்ச் ஏன்? ஜெர்மன் கூடாதா?"

அவள் தலையைக் குனிந்து கொண்டாள்.

"ஏதோ ஒண்ணு?"

"அதெப்படி? அந்தத் தாடிக்காரனுக்கு ஃப்ரெஞ்சுதானே தெரியும்?"

இவனிடமிருந்து ஒப்புதல் கிடைக்காது என்கிற ஆயாசத்துடன் அவள் மௌனமாக வெளியேற முற்பட்டபோது அவன் சொன்னான்.

"நான் இன்னும் முடிக்கல்லே!"

அவள் நின்றாள். "எனக்குத் தெரியும் - உங்க முடிவு என்னாவாயிருக்கும்னு."

"உன்னாலே நிச்சயம் எதையும் ஊகிக்க முடியாது. பர்மிஷன் க்ரான்டெட்!"

அவள் வியப்புடன் அவனைப் பார்த்தாள். அவன் கண்களில் இன்னமும் பரிகாசம் தெரிந்தது.

"ஆனால் நான் வியாபாரி. இதுக்குக் கூலி வேணும்!" என்றான்.

***

அத்தியாயம்

9

மொடமொடத்த கஞ்சி போட்ட நூல் புடவையைக் கவனமாகக் கட்டித் தன் எளிய அலங்காரத்தைக் கண்ணாடியில் பார்த்துக்கொள்ளும்போது இன்று முகத்தில் புதிதாக ஏதோ தெரிவதாக நந்தினிக்குத் தோன்றிற்று.

பார்வையில் ஒரு தெம்பும் உற்சாகமும் லேசான அலட்சியமும்.

இந்த மாற்றங்கள் கொஞ்ச நாட்களாகவே மெல்ல மெல்ல மலரும் பூவைப்போல் முகத்தில் பரவி வருவது புரிய ஆரம்பித்தது.

கன்னங்களில் ஒரு பளபளப்பும், அதரங்களில் புன்னகையும் முகத்தில் ஐந்து வயது குறைந்திருந்தது.

அவள் யோசனையுடன் தன் உருவத்தைப் பார்த்தாள். இந்த வீட்டையும் பிரபுவையும் சில மணி நேரங்கள் மறக்க - முடிந்திருப்பது எத்தனை பெரிய மாற்றத்தை ஏற்படுத்தியிருக்கிறது என்று நினைக்க ஆச்சரியமாக இருந்தது.

இந்த மாற்றத்தினால் ஏதாவது ஆக்கபூர்வமான விளைவு ஏற்படுமா என்று அடிக்கடி எட்டிப்பார்க்கும் கேள்வி இப்பவும் எட்டிப்பார்த்தது. அவள் சட்டென்று தன்னைச் சமாளித்துக் கொண்டு புத்தகங்களையும் பேனாவையும் சின்னக்

கைப்பையில் திணித்துத் தோளில் மாட்டியபடி கீழே இறங்கிச் சென்றாள்.

வேண்டாத யோசனைகளைப் பலவந்தமாக நிறுத்திப் பல நாட்கள் ஆகிவிட்டன. வண்டி ஓடிக்கொண்டிருக்கிறவரை அது எப்பொழுது பழுதடையுமோ என்று கவலைப்படுவது அனாவசியமான வேலை என்று தோன்றிற்று.

ஜே.என்.யூவுக்குப் போக அனுமதி கிடைத்ததே மிகப்பெரிய சலுகை என்று அவள் நினைத்துக் கொண்டாள்.

பிரபு பெரிய வள்ளலைப் போல அதற்கிசைந்ததற்கு ஏதேனும் காரணம் இருக்குமோ என்று சந்தேகம் அடிக்கடி நெருடிற்று.

"நான் வியாபாரி. எனக்குக் கூலி வேணும்."

அவளுள் குப்பென்று உஷ்ணம் பரவிற்று. அவனது பரிகாசப் பார்வையும் பிறகு அவனது நடத்தையும் ஞாபகத்திற்கு வந்தன.

அவன் வரையில் 'திருமண பந்தம்' என்கிற பதத்திற்கு மதிப்பில்லை. அந்த உறவுக்குக் கண்ணியமும் கம்பீரமும் இல்லை. அவனுக்கு அது ஒரு சௌகரியமான ஏற்பாடு.

அவனது ஆக்ஞைக்கு, ஏவலுக்குக் கைவசத்தில் ஒரு பெண் இருக்க ஒரு ஏற்பாடு. அழகும், படிப்பும், குணமும், நல்ல பாரம்பரியமும் உள்ள ஒரு பெண்ணாக, அவனுக்கு ஒரு கண்ணியப் போர்வை போர்த்த. இத்தனை லட்சணங்கள் கொண்ட பெண்ணிற்குள் தனிப்பட்ட மனசும் இருப்பது அவன் எதிர்பாராத ஒன்று.

அவனுக்கு எரிச்சல் மூட்டுவது அவனது அகங்காரத்தை உறுத்துவது.

"பர்மிஷன் க்ரான்டெட்!" இதற்குத்தான். எனக்கு நீ கடமைப்பட்டவள் என்று இணங்க வைத்தான். 'நான் இன்னும்

இவனது மனைவி என்கிற காரணத்தாலும் வெளிக்காற்றை நான் சுவாசிக்க வேண்டியது மிக அவசியமான விஷயமாகிப் போனாதாலும் நான் அனுபவிக்க வேண்டிய சிறுமை இது!' என்று அவள் தனக்குள் சொல்லிக் கொண்டாள்.

அவளது வியாக்கியானங்களைக் கேட்க நேர்ந்தால் அம்மா அதிர்ந்து போவாள்.

"அவன் உன் புருஷன்டீ!" என்பாள். "அவன் சொல்லுக்கு நீ கட்டுப்படத்தான் வேணும். ரோசப்பட்டா முடியுமோ?"

என்னுடைய தற்போதைய கையாலாகாத்தனத்தினால்தான் கட்டுப்படுகிறேன். புருஷன் என்கிற காரணத்தால் இல்லை. படிப்பு எனக்கு ஒரு ஆயுதம் என்று சொன்னாய், நிச்சயம் அது ஆயுதம்தான்.

"ஹலோ! குட்மார்னிங்!"

அவள் யதார்த்தத்திற்கு விழித்துக் கொண்டாள்.

பிரபு காலை உணவிற்குத் தயாராக அமர்ந்திருந்தான்.

"குட்மார்னிங்" என்று முணுமுணுத்தபடி அவள் அவன் எதிரில் அமர்ந்தாள்.

"அனுசுயா, அம்மாவைக் கவனி!" என்றான் அவன் அமர்க்களமாக.

அவளைக் கூர்ந்து பார்த்தபடி அவன் லேசாகப் புன்னகைத்தான்.

"யூ லுக் ஃபைன் கல்யாணமாகாத பொண்ணு மாதிரித் தெரியறே!"

இது பாராட்டா குற்றச்சாட்டா என்று புரியாத குழப்பத்துடன் அவள் மௌனமாக அமர்ந்தாள். நீ என்னை மனைவியாக மதித்திருந்தால் எந்தக் கதவு திறந்திருக்கிறது என்று பரந்தடித்துக் கொண்டு ஓடமாட்டேன் என்று தனக்குள் சொல்லிக் கொண்டாள்.

"கல்யாணமாகாத பொண்ணுன்னு நினைக்க ஆரம்பிக்காம இருந்தா சரி!" என்றான் அவன் தொடர்ந்து.

அவளுக்குச் சிரிப்பு வந்தது. "என் நினைப்புகளைப் பற்றி உங்களுக்குக் கவலையா?"

"பின்னே?" என்றான் அவன் தீவிரமாக. "அனுசுயா! இட்லி ஆகல்லே?"

"இதோ கொண்டு வரேன்!"

"இட்லியா?" என்றாள் அவள் திடுக்கிட்டு. அவன் டோஸ்ட்டைத் தவிர எதுவும் சாப்பிடமாட்டான்.

"தினம் தினம் நீ டோஸ்ட் சாப்பிடறதுக்குக் கஷ்டப்படறியேன்னு இட்லி பண்ணச் சொன்னேன்."

அவள் திகைப்புடன் அவனைப் பார்த்தாள். இவனுடைய பாத்திரத் தன்மையைப் புரிந்துகொள்வது கஷ்டம் என்று நினைத்தபடி.

"தாங்க்ஸ். என் ஒருத்திக்காக எதுக்கு அனாவசியமாக வேலை?"

"ஓ கமான்!" என்று அவன் சிரித்தான். "நீ என்ன சாதாரண ஆளா? யூ ஆர் மிஸ்ட்ரெஸ் அஃப் தி ஹவுஸ்!"

அவன் கண்களில் இருந்த பரிகாசத்தைப் பார்த்து அவள் தலையைக் குனிந்து, "ஆம் ஐ?" என்றாள்.

"வெல்!" என்று அவன் எழுந்தான். "உனக்குச் சந்தேகமா இருந்தா ஹரிராமைக் கேட்டுப் பார் இல்லே, வாசல்லே உனக்காகக் காத்திருக்கிற டிரைவரைக் கேளு. ஃப்ரெஞ்சையாவது ஒழுங்காக் கத்துக்கரியா, இல்லேன்னா அங்கேயும் எதுக்காவது சந்தேகப்பட்டுக்கொண்டு தடுமாறறியா?"

பதிலை எதிர்பார்த்துக் கேட்கப்பட்ட கேள்வி இல்லை என்கிற கணிப்பில் அவள் பேசாமல் இருந்தாள். அதே

பரிகாசப் புன்னகையுடன் அவன் கிளம்பிப் போனதும் அவளுக்காகக் காத்திருந்த காரில் அவள் கிளம்பினாள்.

வீட்டுக் காம்பவுண்டைத் தாண்டியதுமே அவள் அதைப் பற்றிய நினைப்பை மறக்க முயற்சி செய்பவள் போல் அன்றைக்குப் பாடத்திற்கான விஷயத்தைப் படிக்க ஆரம்பித்தாள்.

அவள் போய் இறங்கியதும் கண்ணில்பட்ட அந்தப் பிரம்மாண்ட வெட்டவெளிகளும் முடிச்சு முடிச்சாகத் தங்களுக்குள் ஆழ்ந்த பேச்சுடன் நின்ற, நடந்த மாணவ மாணவிகளின் தோற்றமும் புதிய உலகத்துள் நுழைந்தாற்போல் அவளுள் ஓர் உற்சாகத்தை ஏற்படுத்தின.

பரிச்சயமானவர்களைப் பார்த்து "ஹாய்!" என்றபடி அவள் அதரங்களில் மெல்லிய புன்னகையுடன் நடந்தாள். ஃபாரின் லாங்குவேஜஸ் டிபார்ட்மெண்ட்டில் நுழைந்து ஃப்ரெஞ்ச் வகுப்பை நோக்கி நடக்கையில் தயானந்த் எதிர்ப்பட்டான். அவளைப் பார்த்ததும் பளிச்சென்று சிரித்தான்.

"பூன்ஜூர் மதாம்! கொமான் தாலேவூ!"

(குட் மார்னிங் மேடம். எப்படியிருக்கிறீர்கள்?)

"பூன்ஜூர்!" என்றாள் அவள் குறும்புச் சிரிப்புடன். "பார்த்தோன் ஜெனெ பார்ல பா ஃப்ரான்ஸே!"

(மன்னியுங்கள். எனக்கு ப்ரெஞ்ச் பேசத் தெரியாது)

அவன் பகபகவென்று சிரித்தான். "குருவுக்கு மிஞ்சின சிஷ்யை ஆகிவிட்டீர்களா? நான் கேட்ட கேள்விக்குப் பதில் சொல்லுங்கள் ப்ரெஞ்சிலே!"

"த்ரே பியான். மெர்ஸி. மஸ்ஸியர்!"

(நன்றாயிருக்கிறேன். நன்றி மிஸ்டர்!) அவன் உற்சாகத்துடன் அவள் கையைப் பற்றிக் குலுக்கினான்.

"எதிர்பார்த்ததைவிடச் சீக்கிரம் கற்றுக்கொள்கிறீர்கள் படிக்க வீட்டில் நேரம் கிடைக்கிறதா?"

"நேரம் இருப்பதால்தானே இங்கு சேர்ந்திருக்கிறேன்."

"ப்ரெஞ்ச் கற்றுக்கொள்வது சுவாரஸ்யமாக இருக்கிறதா?"

"ரொம்ப!" என்றாள் அவள் உற்சாகமாக. "முக்கியமாக எனக்கு மூளைக்கு ஏதாவது வேலை கொடுக்க வேண்டியிருந்தது. ப்ரெஞ்ச் கற்றுக்கொள்ள நேர்ந்தது எதேச்சையானது - உங்களைச் சந்தித்ததால் ஏற்பட்டது."

"தாங்க்யூ!" என்று சொல்லிவிட்டு அவன் தீவிர யோசனையுடன் அவளைப் பார்த்தான்.

"நீங்கள் முடிவெடுத்ததை நினைத்து நான் சந்தோஷப்படுகிறேன். உங்களை அங்கு அன்று பார்த்தபோது எனக்கு ஐயோ பாவம் என்றிருந்தது."

"ஓ கடவுளே!" என்று அவள் கூச்சத்துடன் சிரித்தாள். "அந்த மாதிரி ஓர் உணர்வை ஏற்படுத்துவது எனக்குப் பிடிக்காது!"

"அங்கிருந்த கூட்டத்துடன் ஒட்டாத மாதிரி உங்கள் பார்வை இருந்தது, கட்டாயப்படுத்தி அழைத்து வரப்பட்டாற்போல்"

இத்தனை துல்லியமாக நம் முகம் உள்ளுணர்வுகளை வெளிப்படுத்துகிறதா என்று அவள் மெலிதாகத் திடுக்கிட்டாள்.

மழுப்பலாகச் சிரித்து, "இனிமேல் ஜாக்கிரதையாக இருப்பேன்!" என்றாள்.

"எதைப் பற்றி?"

"என் முகபாவத்தைப் பற்றி!"

"வேண்டாம். வேண்டாம்!" என்றான் அவன் அவசரமாக. "மாற்றிக்கொள்ள முனைய வேண்டாம். உங்களிடம் தென்படும் சுவாரசியமே உயிர்த்துடிப்புள்ள முகபாவம்தான்.

சில ஹை ஸொஸைட்டி பெண்களைப் பார்க்கும்போது நான் நினைத்துக் கொள்வேன். 'பாஹ்! என்ன சவக்களை இது!' என்று. முகம் போர்வை போர்த்தின மாதிரி இருக்கும். கோபமோ, சந்தோஷமோ எதுவாக இருந்தாலும் ஒரே மாதிரியான செயற்கை முக பாவம் தடித்த பூச்சுக்கடியிலிருந்து எட்டிப் பார்க்கும். அவர்களைப் பார்க்கும்போது என் ரத்த நாளங்களில் குளிர் பாய்ந்து உறைய வைக்கும்!''

என்னைப் பார்த்தபோது சூடு பாய்ந்ததா என்கிற நினைப்புடன் அவள் புன்னகைத்துக் கொண்டு நின்றாள்.

''நீங்கள் நிச்சயம் அவர்கள் மாதிரி இல்லை!''

அவள் சிரித்தாள்.

''நான் ஹை சொஸைட்டியைச் சேர்ந்தவள் என்று யார் சொன்னது?''

அவன் தோளைக் குலுக்கிச் சிரித்தான். ''மிஸ்டர் பிரபுவின் மனைவி இல்லையா நீங்கள்?''

அவள் சில வினாடிகள் தயங்கிவிட்டுச் சொன்னாள்.

''ஆமாம்! ஆனால் நான் நந்தினியும் கூட! பஸ்ஸுக்குக் காசு செலவழிக்க வேண்டாம் என்கிற எண்ணத்துடன் ஸ்கூலுக்கும், காலேஜுக்கும் இரண்டு மைல் நடந்து வளர்ந்தவள்.''

அவனுடைய பார்வையில் புதிய கனிவு தெரிந்தது.

''ஸிண்ட்ரெல்லா கதையா உங்களுடையது?''

''இல்லை!''

'கல்யாணமாவதற்குமுன் சந்தோஷமாக இருந்தேன்!' என்று நுனி நாக்குவரை வந்துவிட்ட வார்த்தைகளை அவள் அவசரமாக உள்ளே இழுத்துக் கொண்டாள்.

''ஓ, என் கதையைப் பற்றி என்ன இப்போது?'' என்று மழுப்பலாகச் சிரித்தாள். ''எனக்குக் கதைகளில் நம்பிக்கையில்லை!''

"குட்!" என்றான் அவன். "எனக்கும் நம்பிக்கையில்லை சரித்திரத்தில்தான் நம்பிக்கை."

"என்ன வித்தியாசம் இரண்டுக்கும்?"

"பின்னதில் உண்மை இருக்கிறது. புதிய சரித்திரம் படைக்கலாம். பழைய சரித்திரத்திலிருந்து பாடம் கற்கலாம்!"

அவன் அவளை ஊடுருவிப் பார்த்தபடி பேசினான். சரேலென்று விழித்துக் கொண்டவள் போல் அவள் உள்ளுக்குள் சுருங்கினாள்.

நம்மைப் பற்றிய விவரங்கள் தெரிந்தவன் இவன். நம்மை எடை போடப் பார்க்கிறான்! மெல்லிய அவமான உணர்வு அவளுள் ஏற்பட்டது.

மெல்லத் தன்னைச் சமாளித்துக் கொண்டு அவள் புன்னகைத்தாள்.

"இப்போதைக்கு ஃப்ரெஞ்ச் பாடத்தோடு நிறுத்திக்கொள்கிறேன்!"

திடீரென்று ஏற்பட்டுப்போன கோபம் போல் விருக்கென்று திரும்பிப் பாராமல் விறுவிறுவென்று வகுப்பை நோக்கி அவள் நடப்பதை அவன் வியப்புடன் பார்த்தான்.

அன்றைக்கு வகுப்பில் அவள் கவனமில்லாமல் இருந்தாள். அவன் அவள் கவனத்தை இழுக்கக் கேட்ட கேள்விகளுக்குத் தவறான பதில் சொன்னாள்.

வகுப்புகள் முடிந்ததும் யாருடனும் பேசாமல் அவளுக்காகக் காத்திருந்த காரை நோக்கி விரைந்தாள்.

"நந்தினி!"

அவள் நின்றாள். தயானந்த் வேகமாகத் தொடர்ந்து வந்து கொண்டிருந்தான்.

"என்னை ஸவுத் எக்ஸ்டென்ஷனில் இறக்க முடியுமா? எனக்கு ஒரு அவசர வேலையிருக்கிறது!" என்றான்.

“ஓ, கண்டிப்பாக. ஏறிக்கொள்ளுங்கள்.” என்றாள் அவள் உற்சாகமில்லாமல்.அவன் சொன்ன இடத்துக்குப் போகும்வரை இருவரும் பேசவில்லை. அவன் இறங்க வேண்டிய இடத்தில் இறங்கியதும் தயங்கியபடி அவள் உட்கார்ந்திருந்த பக்கத்துக் கதவைப் பிடித்துக்கொண்டு அவன் மெல்லிய குரலில் கேட்டான்.

“உங்களுக்கு யாருடைய தோழமையும் வேண்டாமா நந்தினி?”

“ஏன், எதற்குக் கேட்கிறீர்கள்?”

“ஓவர் ஸென்ஸிடிவாக மனசை முடக்கி விட்டீர்களானால் சினேகிதம் எப்படிக் கிடைக்கும்?”

குரல் வருடுகிற மாதிரி மிருதுவாக இருந்தது. அவள் நிமிர்ந்து அவனைப் பார்த்தாள். அவன் கண்களில் பளிச்சிட்ட கனிவிலிருந்து.

இதைச் சொல்லத்தான் ஸவுத் எக்ஸ்டென்ஷன் வரை அவளுடன் பயணித்தான் என்று சட்டென்று அவளுக்குப் புரிந்தது.

***

அத்தியாயம் 10

"உங்களுக்குப் போன் வந்திருக்கிறது மேம்ஸாப்!"

தோட்டத்துப் புல்வெளியில் அமர்ந்து குறிப்பிட்ட சிந்தனை ஏதும் இல்லாமல் ஆகாசத்தைப் பார்த்துக் கொண்டிருந்த நந்தினி, சமேலியின் குரல் கேட்டு எழுந்தாள்.

பிரபுவாக இருக்கும். 'இன்றைக்கு டின்னருக்குப் போகணும். தயராக இரு' என்கிற ஆணையாக இருக்கும். 'நாளைக்கு டெஸ்ட். என்னால் வர முடியாது' என்று சொல்ல வேண்டும். வினாடிப்பொழுதில் மனத்தில் ஒத்திகை பார்த்து டெலிபோனுக்கு விரைந்தபோது மறுமுனையில் சியாமளாவின் குரல் கேட்டது.

"ஓ, ஹல்லோ சியாமளா! எப்படி இருக்க?" என்று நிம்மதியுடன் புன்னகைத்தாள்.

"உடம்பே சரியா இல்லே. மனசும் சரியில்லே!"

"ஏன். என்ன விஷயம்?"

"என்னவோ போ, எனக்கு ஒண்ணும் பிடிக்கல்லே. ப்ளட் ப்ரெஷர் ஜாஸ்தி ஆயிட்டதனாலேயோ என்னவோ சதா தலையைச் சுத்துது. யாரையாவது பார்க்கமாட்டமா - பேச மாட்டமான்னு இருக்கு. அதனாலே போன் பண்ணினேன்.

நீயெல்லாம் என் வீட்டுக்கு வரதில்லே. போன்கூடப் பண்றதில்லே.''

''ஸாரி, சியாமளா!'' என்றாள் நந்தினி மெல்லிய குற்ற உணர்வுடன், ''நான் ஜே.என்.யூவிலே ஃப்ரெஞ்ச் கத்துக்கறேன் - மூணு மாசமா, அதிலே பொழுது போயிடறதாலே நேரம் கிடைக்கல்லே.''

சியாமளாவின் சொந்தப் பிரச்சினையில் இந்தச் செய்தி ஏதும் வியப்பைத் தந்த மாதிரித் தெரியவில்லை

''போன்கூடச் செய்யக்கூடாதா?''

''ஸாரி, தோணல்லே. டாக்டர் என்ன சொல்றார்?''

''டாக்டர்கிட்ட யார் போனாங்க?''

''ஏன் போகல்லே?''

இந்தக் கேள்விக்காகக் காத்திருந்தவள் போல். சியாமளா அழ ஆரம்பித்தாள்.

''நான் இருக்கேனா செத்தேனான்னுகூட இந்த மனுஷனுக்குக் கவலையில்லே. நான் எதுக்கு டாக்டர்கிட்ட போகணும்?''

''இந்த மாதிரி உன் ரோசத்தைக் காண்பிக்கிறது பைத்தியக்காரத்தனம் சியாமளா. உன் உடம்புதான் கெட்டுப் போகும்!''

''எனக்கு வெறுத்துப் போச்சு நந்தினி! மனுஷத்தனமே இல்லாத ஒரு ஆளு இருந்தார்னா நான் உசிரோட இருந்துதான் என்ன லாபம்?''

தமிழ் பேசும் அனுசுயா அருகில் எங்குமில்லை என்று ஊர்ஜிதப்படுத்திக் கொண்டு நந்தினி நிதானமாகச் சொன்னாள்.

''இதபார் சியாமளா, இந்த அசட்டுப் பேச்சை விடு. நாம் நமக்காகத்தான் உயிர் வாழறோம். வேற யாருக்காகவும் இல்லே. உனக்கு உடம்பு சரியில்லேன்னா டாக்டர்கிட்டே போக

வேண்டியதுதானே? பத்மநாபன் உபசாரம் பண்ணணும்னு, ஏன் காத்துக்கிட்டிருக்கே?''

''ஏன், எனக்கு உடம்பு சரியில்லேன்னா அவருக்கு அக்கறை இருக்க வேண்டாமா?''

''அக்கறை இல்லேன்னே வெச்சுக்க. அப்ப என்ன செய்யறது? 'எனக்கே டாக்டர்கிட்ட போய்க்கத் தெரியும்'னு நீ காண்பிக்க வேண்டியதுதான்!''

''எனக்கு ஒண்ணும் பிடிக்கல்லே நந்தினி.'' என்றாள் சியாமளா மறுபடி ''தனியா டாக்டர்கிட்டப் போக எனக்குத் தெம்பில்லே.''

''நான் கூட்டிட்டுப் போறேன் டாக்டர்கிட்ட.''

''வேண்டாம் நந்தினி. தாங்க்ஸ். கொஞ்சம் பேசினா நிம்மதியாயிருக்கும்னு நினைச்சேன். அதனாலே போன் பண்ணினேன். அவங்க டாக்டர்கிட்ட அழைச்சிட்டுப் போனால் போறேன். இல்லேன்னா இப்படியே இருந்துட்டுப் போறேன்.''

வாஸ்வத்தில் இவளுக்கு உடம்பு சரியாவதில் நாட்டமில்லை என்று நந்தினி நினைத்துக் கொண்டாள். பத்மனாபனை குற்றம் சாட்டுவதற்கும், சுயபச்சாதாபத்துக்கும், இப்படி நியாயம் காட்டுவதற்கும் உடம்பு இவளுக்கொரு துருப்புச் சீட்டு என்கிற எண்ணம் மெல்லிய எரிச்சலை ஏற்படுத்திற்று.

''உனக்கு உடம்புக் கோளாறை விட மனக்கோளாறுதான் அதிகம் சியாமளா. வெளியிலே வாசல்லே போ. ஏதாவது க்ளாஸிலே சேரு. சமூக சேவை செய். எதையாவது பண்ணு. உன்னுடைய நிலையிலே சும்மா உட்கார்ந்திருக்கறது நல்லதில்லே.''

''எனக்கு அதுக்கெல்லாம் வணங்காது நந்தினி.''

''அப்ப ஆண்டவன்தான் உன்னைக் காப்பாத்தணும்.'' என்றாள் அவள் படபடப்புடன். ''இந்த ஆண்கள் எல்லாம் மாறுவாங்கன்னு எதிர்பார்த்து நீ உட்கார்ந்திருந்தியானா...''

அவள் சட்டென்று நிறுத்தினாள். தன் சொந்த விவகாரத்தையும் கலந்து இவளிடம் உணர்ச்சிவசப்பட்டுப் பேசுவது பைத்தியக்காரத்தனம் என்று தோன்றிற்று.

"நான் மட்டும் மாறணுமா?" அசட்டுப் பெண்ணின் பிடிவாதம் தொனித்தது சியாமளாவின் குரலில். "எனக்குள் கஷ்டம். நான் எப்படி வளர்ந்தவள்னு உனக்குத் தெரியாது."

இவளுக்கு விமோசனமில்லை என்கிற அலுப்புடன் நந்தினி மௌனமாக இருந்தாள்.

"என் பேச்சு உனக்குப் போரடிக்குதோ என்னவோ! நீ எப்படி இருக்கே? என்ன திடீர்னு காலேஜ்ல சேர்ந்திருக்கே?"

"உன்னை மாதிரி பிளட் பிரஷர் வராமல் தடுக்கத்தான்." என்று சொல்ல நினைத்துச் சொல்லாமல் - "பொழுது போகல்லேன்னு சேர்ந்தேன். உடம்பைப் பார்த்துக்கோ சியாமளா. உன்னைப் பார்க்க ஒரு நாளைக்கு வரேன்."

"வா. அன்னிக்குப் பார்ட்டியிலே ஒரு தாடிக்காரர் வந்திருந்தாரே, அவர்தான் உனக்கு டீச்சரா?"

இதெல்லாம் இவளுக்கு எப்படி ஞாபகம் இருக்கிறது என்கிற வியப்புடன், "ஆமாம்" என்றாள்.

"கிளாஸில்லாத அன்னிக்கு ஒரு நாளைக்கு வா. உங்கிட்ட நிறையப் பேசணும்."

"சரி"

ரிஸீவரைக் கீழே வைக்கும்போது சியாமளாவின் மனச்சுமையில் கொஞ்சம் தன்மேல் ஏறிவிட்டாற்போல் மனசு பாரமாகிப் போயிற்று. அவள் மீண்டும் தோட்டத்துப் புல்வெளிக்குச் சென்று நாற்காலியில் உட்கார்ந்து கொண்டாள்.

அவளாகத் தன்னை மாற்றிக்கொள்ள வேண்டும் என்று தீவிரமாக முனைந்தால் ஒழியச் சியாமளாவுக்கு விமோசனமில்லை என்று நினைத்துத் துக்கமேற்பட்டது.

பத்மநாபனின் கிரேக்கச் சிலை போன்ற முகமும் ஆகிருதியும் புத்திசாலித்தனப் பேச்சும் சிரிப்பும் ஞாபகத்துக்கு வந்தன.

தனக்கு நிகராக மனைவி இல்லை என்றால் மனிதாபிமான உணர்வும் போய்விடுமா? இவர் ஏன் கல்யாணம் செய்துகொள்ள வேண்டும்?

அவளுக்குத் திடீரென்று சிரிப்பு வந்தது. எனக்கு என்ன அருகதை இருக்கிறது. இன்னொருத்தர் வீட்டுக் கணக்கைப் பார்க்க. கண்களில் லேசான நீர் திரையிட்டது. அவளையறியாமல், நமக்கு அந்தத் தயானந்தைச் சந்தித்தவேளை நல்லவேளை, ஜே.என்.யூவுக்குப் போக ஆரம்பித்ததிலிருந்து பிரபுவைப் பற்றின சிந்தனைகளில், சுயபச்சாதாபத்தில் அநாவசியமாக மனசு உழயவில்லை. இல்லாவிட்டால் முன்பு பிறந்தகத்துக்கு ஓடினதுபோல் வேறு எங்காவது ஓடியிருப்போம்...

"ஹல்லோ!"

அவள் சுய உணர்வு அடைந்தவளாய்த் திரும்பி, வியப்புடன் கண்களை மலர்த்தினாள். தயானந்த் நின்றிருந்தான். புன்னகைத்து, "ஹல்லோ!" என்றான்.

சட்டென்று புகுந்த சந்தோஷத்துடன் அவள், "ஹல்லோ, வாருங்கள்." என்றாள்.

"இந்தப் பக்கம் சிநேகிதர் வீட்டுக்கு வந்தேன். நீங்கள் இருப்பது ஞாபகம் வந்தது. வீட்டில் இருப்பீர்களோ என்ற சந்தேகத்துடனேயே வந்தேன்."

"நான் அனேகமா வீட்டில்தான் இருப்பேன். கடைகண்ணிக்கு மட்டும் அவசியமானபோது போவேன்..."

எதிர்த்தாற்போல் இருந்த நாற்காலியில் அமர்ந்த அவன் முகத்தில் மென்மையாகப் புன்னகை படர்ந்திருந்தது. பார்வை ஒரு சுவாரஸ்யத்துடன் அவள் மேல் பதிந்திருந்தது. "போர் அடிக்காது?" என்றான்.

"இதெல்லாம் அலுத்துப் போய்த்தான் உங்க வகுப்பிலே சேர்ந்தேன்."

"நல்ல காரியம் செய்தீர்கள். நீங்கள் சேர மாட்டீர்கள் என்று நினைத்தேன்."

"ஏன்?"

அவன் தோளைக் குலுக்கி அவளைத் தீவிரமாகப் பார்த்துச் சிரித்தான்.

"பிரபு இஷ்டப்பட மாட்டார் என்று நினைத்தேன். அவர் இஷ்டத்துக்கு விரோதமாக நீங்கள் எதுவும் செய்வீர்கள் என்று தோன்றவில்லை."

உள்ளுணர்வின் எச்சரிக்கையுடன் அவள் நிமிர்ந்து பார்த்தாள்.

'யாருடைய தோழமையும் உங்களுக்கு வேண்டாமா?' என்று இவன் அன்று கேட்ட பிறகு அவள் வெகு ஜாக்கிரதையாக அவனுடன் தனியாக இருக்கக்கூடிய சந்தர்ப்பங்களைத் தவிர்த்து வந்திருக்கிறாள். அப்படி அவள் விலகப் பார்த்ததாலேயே இன்றைக்கு வந்திருக்கிறானோ என்று சந்தேகம் வந்தது.

அவள் மெல்லச் சிரித்து, "நீங்கள் நினைத்தது தப்பு என்று தெரிகிறதல்லவா?" என்றாள்.

அவன் அவளை இன்னும் கூர்மையாகப் பார்த்தபடியே சில வினாடிகள் கழித்து நகைத்தபடி சொன்னான். "இது சரியோ, தப்போ. நான் உங்களைப் பற்றிக் கணித்தது சரி!"

"என்ன கணிப்பு அது?" என்றாள் அவள் மெல்லிய கூச்சத்துடன்.

"மனசை இழுத்து மூடிக்கொள்ளும் டைப் நீங்கள். உங்கள் அம்மாவிடம் கூடத் திறந்து காட்டமாட்டீர்கள் என்று நினனக்கிறேன்."

அவள் தன்னைச் சமாளித்துக் கொண்டு சிரித்தாள். "இது என்ன அப்நார்மல் விஷயமா? அது என் பிரத்யேகச் சொத்து இல்லையா? என்ன சாப்பிடுகிறீர்கள். ஹாட் ஆர் கோல்ட்?" அவள் எழுந்தாள்.

"சூடாக எதுவும் வேண்டாம்."

அவன் குரலில் மெல்லிய ஏமாற்றம் தொனித்த மாதிரித் தோன்றிற்று. வீட்டை நோக்கிச் செல்லும்போது அவளுக்குச் சிரிப்பு வந்தது. நம்மிடமிருந்து இவன் என்ன எதிர்பார்க்கிறான் என்று மனசு குறுகுறுத்தது. பிரபுவைப் பற்றிய விவரங்கள் இவனுக்குத் தெரிந்திருக்க வேண்டும். இவன் கேட்டவுடன் சியாமளா மாதிரி மளமளவென்று கொட்டிவிட வேண்டும் என்று நினைக்கிறானா? எதற்குக் கொட்ட வேண்டும்? அதனால் எனக்கென்ன லாபம்?

அனுசுயாவிடம் இரண்டு டம்ளர் குளிர்பானம் கொண்டு வரச் சொல்லிவிட்டு அவள் மீண்டும் புல்வெளிக்கு வந்தாள்.

"மிஸ்டர் பிரபு எப்பொழுது வருவார்?"

"வர லேட்டாகும்."

"வீட்டில் வேறு யாரும் இல்லையா? அவருடைய அப்பா, அம்மா...?"

"இல்லை. என் கல்யாணத்திற்கு முன்பே அவர்கள் இறந்து விட்டார்கள்."

அவன் பதிலேதும் சொல்லாமல் அனுசுயா கொண்டு வந்த குளிர்பானத்தை ஏதோ தீவிர யோசனையுடன் பருக ஆரம்பித்தான்.

பருகி முடித்துச் சில நிமிஷங்கள் பேசாதிருந்துவிட்டுச் சட்டென்று ஞாபகம் வந்தவன் போல் எழுந்தான்.

"நான் வருகிறேன் நந்தினி." என்றான் மென்மையாகப் புன்னகைத்து. "உங்கள் குணம் ரொம்பப் பாராட்டப்பட

வேண்டியதுதான்.'' என்றான். ''வெளி உலகம் ரொம்ப பிரும்மாண்டமானது நந்தினி. நீங்கள் இருக்கும் இந்த வட்டத்துடன் ஒட்டாதது. நிஜமானது. ஃப்ரெஞ்ச் க்ளாஸ் உங்களுக்குச் சின்னக் கண்துடைப்பு. வெளியில் வாசலில் நீங்கள் அதிகம் போக வேண்டும். வெளி மனிதர்களுடன் பழக வேண்டும். மாலை வேளைகளில் ஆகாயத்தைப் பார்த்துக் கொண்டு எத்தனை நேரம் உட்கார்ந்திருக்க முடியும்?''

கிளம்பும்போது சிரித்துக் கொண்டே தொடர்ந்தான். ''வெளி உலகத்துடன் பழகினால், மனசு லேசாகிப் போகும். பொத்தி வைத்துக்கொள்ள வேண்டும் என்று கவலைப்படும்படியாக எந்தப் பாரமும் மனசை அழுத்தாது...''

அவன் சென்று வெகு நேரத்திற்கு அவனது வார்த்தைகள் நினைவை விட்டு அகலவில்லை. வடிகால்கள் இல்லாத காரணத்தால்தான், நான் இருக்கும் வட்டத்தின் பொய்மையைத் தாங்க முடியாததால், பாதுகாப்பைத் தேடிப் பிறந்தகத்துக்கு ஓடினேன் என்று அவள் தனக்குள் சொல்லிக் கொண்டாள். ஃப்ரெஞ்ச் க்ளாசுக்குப் போவதே இங்கு பெரிய விஷயமாக இருக்கும்போது, வெளியில் வாசலில் கிளம்பிப் போனால் பிரபு அதை எப்படி வரவேற்பான் என்று அவள் யோசித்துப் பார்த்தாள். அவள் வீட்டில் இருப்பது அவனுக்கு எந்த வகையிலோ நிம்மதியைத் தருவது விசித்திரமாக இருந்தது.

'நீ வீட்டிற்குள் இருக்கிறாய் என்கிற உணர்வு திருப்தியைத் தருகிறது.' என்று அவன் அன்று சொன்னது நினைவுக்கு வந்தது. அவனது சீண்டலுக்கு ஓர் ஆள் வேண்டும் என்கிற சிறுபிள்ளைத்தனமான எண்ணத்தினால் சொல்லப்பட்ட வார்த்தைகள் இவையில்லை என்று பல சமயங்களில் அவளுக்கு மெலிதாகச் சம்சயம் ஏற்படும். அபூர்வமாக அவன் சீக்கிரமாக வீடு வந்து சேரும் தினங்களில், 'அம்மா வீட்டிலே இருக்காங்களா?' என்று வேலைக்காரர்களைக்

கேட்டுக்கொண்டே உள்ளே நுழைவதை அவள் கவனித்திருக்கிறாள். தன்னுடைய சொத்து. அவள்... என்கிற ஆதிக்க உணர்வுதான் இதற்கெல்லாம் பின்னணியில் இருக்கும் காரணம் என்று புரிந்து கொண்டிருக்கிறாள்.

இருள் நீள விரிந்துவிட்டது. பட்சிகளின் ஆரவாரம் அடங்கிவிட்டது. அவற்றின் சல்லாபக் குரல்கள் மெலிதாகக் கேட்டன. தயானந்தின் வார்த்தைகள் மனத்தைக் குழப்பிவிட்ட மாதிரித் தோன்றிற்று.

"சாப்பிட வர்றீங்களா?" என்று அனுசுயா கூப்பிட வந்ததும் அவள் எழுந்தாள்.

பிரபுவும் அவளும் சேர்ந்து சாப்பிடும் வழக்கம் போய் எத்தனையோ நாட்களாகி விட்டிருந்ததை வேலைக்காரர்கள் வெகு இயல்பாக எடுத்துக் கொண்டிருந்தார்கள்.

அன்று இரவு அவள் படுக்கப் போய் வெகு நேரம் கழித்துப் பிரபு வந்த அரவம் கேட்டது. காலையில் அவள் கீழே இறங்கிப் போவதற்குள், அவன் கிளம்பிப் போய் விட்டிருந்தான். வியப்பும் இனம் புரியாத ஏமாற்றமும் அவளை ஆட்கொண்டது. அன்றைக்கு வகுப்பும் இல்லாத காரணத்தால் பொழுது மிக நீண்டதாகத் தோன்றிற்று.

"இன்னிக்கும் ஐயா வரதுக்கு நேரமாகும்னு சொல்லச் சொன்னாங்க." என்று அனுசுயா சொன்னபோது. இது வழக்கமானதுதானே என்கிற அலுப்பும், வந்தால் மட்டும் அவனுடைய தோழமை எங்கே கிடைக்கிறது என்கிற சோர்வுமாய் அவள் படிக்க உட்கார்ந்திருந்தாள்.

டெலிபோன் ஒலித்தது.

தயானந்தின் குரல் கேட்டது.

"இன்றைக்கு அலியான்ஸ் ஃப்ரான்ஸேயில் ஒரு நல்ல ஃப்ரெஞ்ச் படம் ஆறரை மணிக்குக் காண்பிக்கிறார்கள். வருகிறீர்களா என்னுடைய கெஸ்ட்டாக?" என்றான்.

அவள் ஒரே ஒரு வினாடி யோசித்தாள். பிறகு, "வருகிறேன்" என்றாள்.

***

அத்தியாயம் 11

முன்பின் தெரியாத இடத்தில் தயானந்துடன் போய் நின்று, "திஸ் இஸ் நந்தினி!" என்று அறிமுகப்படுத்தப்படுகையில் முதலில் கொஞ்சம் கூச்சம் ஏற்பட்டது. ஆனால் அங்கிருந்த இளமையான யதார்த்தச் சூழ்நிலையில் விரைவில் கூச்சம் தெளிந்துவிட்டது. யாரும் அவளைக் கல்யாணம் ஆனவளா ஆகாதவளா என்று தெரிந்துகொள்ள ஆர்வம் காட்டவில்லை. அவள் என்ன செய்கிறாள் என்பதில் அக்கறை காட்டினார்கள்.

அவள் ஃப்ரெஞ்ச் படிப்பது தெரிந்ததும் மேற்கொண்டு என்ன செய்யப் போகிறாய் என்றார்கள். ஏதாவது ஒரு துறையில் தீவிர ஈடுபாடில்லாத பெண்களே அங்கில்லாத மாதிரி இருந்தது. கூச்சமில்லாமல் ஆண்களுடன் ஜோக்கடித்துச் சிரித்தது ரொம்ப இயல்பாகப்பட்டது.

அவளை அங்கிருந்த தனது நண்பர்களுக்கு அறிமுகப்படுத்திவிட்டுத் தயானந்த் உள்ளே யாருடனோ பேசப் போனான்.

அவள் வெகு சீக்கிரம் அந்த இளைஞர்களுடன் சகஜமாக பேசிச் சிரிக்க ஆரம்பித்தாள்.

படம் ஆரம்பிக்கப் போவதற்கு அறிகுறியாக விளக்கு அணைக்கப்பட்டது. தயானந்த் அவளை உள்ளே அழைத்துப் போய் உட்கார்த்தி வைத்துத் தானும் உட்கார்ந்து கொண்டான்.

அது ஒரு ஹாஸ்யப் படம். சிரித்துச் சிரித்துக் கண்களில் நீர் வந்தது. சின்னப் பெண்ணைப் போல் அவள் வாய்விட்டுச் சிரிப்பதை இருட்டில் தயானந்த் வியப்பும் சந்தோஷமுமாய்க் கவனிப்பது தெரிந்தது. படம் முடிந்து எழுந்தபோது எல்லார் முகங்களிலும் இன்னும் சிரிப்புத் தவழ்ந்திருந்தது. தயானந்துக்கு அங்கிருந்த எல்லாரையுமே தெரிந்திருந்தது. எல்லாரிடமும் வெகு சரளமாக, ஆப்தமானவனாகப் பேசுவதைப் பார்த்தபோது தோழமை காட்டுவது இவனது இயல்பு என்று அவள் நினைத்துக் கொண்டாள்.

அவன் இடையில் அவளைப் பார்த்து, "ஐ ஹோப் யூ என்ஜாய்ட் திஸ் ஈவினிங்!" என்றான்.

"ஓ, ரொம்ப" என்று அவள் விகல்பமில்லாமல் சிரித்தாள். "படத்தை ரசித்ததைவிட இங்கு வந்திருப்பவர்களுடன் பேசுவது சுவாரஸ்யமாக இருந்தது."

"எனக்குச் சந்தோஷம் நீங்கள் வந்தது." என்றான். "இருங்கள் உங்களை நான் கொண்டு விடுகிறேன்." என்று அவன் தொடர்ந்தபோது அவள் தயக்கத்துடன் சொன்னாள். "அவசியமில்லை. டிரைவரை வரச் சொல்லியிருக்கிறேன். கார் வந்திருக்கும்."

அவன் முகத்திலும் "ஓ!" என்ற பதிலிலும் மெலிதான ஏமாற்றம் தெரிந்தது.

"நான் உங்கனள இறக்கிவிட்டுப் போகிறேன்." என்றாள் அவள் மன்னிப்புக் கேட்கும் தொனியில்.

அவன் சிரித்தான். "அவசியமில்லை. காம்பஸிலிருந்து இரண்டு பேர் வந்திருக்கிறார்கள். அவர்களுடன் போய்க் கொள்கிறேன்."

கார் அவளுக்காக வந்திருப்பதை ஊர்ஜிதம் செய்துகொண்டு, அவள் வண்டியில் ஏறும்வரை காத்திருந்து, "நீங்கள் வந்ததற்கு ரொம்ப நன்றி!" என்றான். "அடிக்கடி வாருங்கள்!"

"வருகிறேன்." என்று வண்டி கிளம்பும்போது அவள் கையசைத்துச் சொன்னாள்.

மனம் நிஜமாகவே லேசாகியிருந்தது. சில மணி நேரங்களுக்கு மிஸஸ் பிரபு என்கிற நினைப்பும் அதன் பாரங்களும் அழுத்தாமல் அவள் அவளாக இருந்த சத்திய ரூபத்தில் ஆகாயத்தில் மிதக்கலாம் போல் இறக்கை கட்டிக்கொண்டு நின்றது.

இங்கு நிறைய ஆண்களும் பெண்களும் ஜோடியாக வந்திருந்தார்கள். ஆனால் அவர்களுடைய பேச்சிலும் தோற்றத்திலும் கொஞ்சம்கூடப் போலித்தனம் தெரியவில்லை. ஆபாசம் இல்லை. அசட்டுச் சிரிப்பும் காவாலித்தனமான பாராட்டும் இல்லை. ஆண்-பெண் வித்தியாசத்தை அறியாதவர்கள் போலும், அறிந்தாலும் அதைக் கொச்சைப்படுத்த விரும்பாதவர்கள் போலும் நடந்து கொண்டது ரொம்ப கௌரவத்தனமாகத் தோன்றிற்று.

பிரபுவுடன் அவள் செல்லும் பார்ட்டிகள் நினைவுக்கு வந்தன. எத்தனை போலித்தனமானவை அவை என்று முகம் சுளித்தாள். செலவைக் காண்பிக்க வேண்டும் என்ற நிர்ப்பந்தத்தில், கம்பெனிக் கணக்கில் நடத்தப்படும் போலிகளில், சரக்கில்லாத சில அசட்டுப் பெண்களும், எல்லாப் பெண்களையும் ஒரே தராசில் நிறுத்துப் பேசும் அசட்டு ஆண்களுமான அந்தச் சூழல் அவளுள் ஒவ்வொரு முறையும் எப்படிப்பட்ட வெறுப்பை ஏற்படுத்தும் அந்தக் கட்டங்களால் அவள் வெறும் ஒரு காட்சிப் பொருளாய், அதில் ஒட்டாத அலங்காரப் பொம்மையாய்க் கலந்துகொள்வது பிரபுவின் வெளியுலக 'ஸ்டேட்டஸு'க்கு எந்த விதத்தில் உதவியானது என்று அவளுக்கு வியப்பேற்படும். வீட்டில் அவனுடைய உடைமையாக அவள் இருப்பது அவனுக்கு ஒரு விசித்திரமான திருப்தியைத் தருவதுபோல் அவன் செல்லும் பார்ட்டிகளில் அவள் பிரசன்னமாகியிருப்பது எந்த வகையிலோ அவனுக்குச் சமாதானம் என்று தோன்றிற்று! - அவளால் அவனுக்கு ஏதோ ஆன்மிக பலம் கிடைத்த மாதிரி...

அவளுக்குச் சிரிப்பு வந்தது. அவள் கல்லூரிக்கும் பள்ளிக்கும் நடந்து செல்லும்போது ஒரு வட்டிக் கடையைத் தாண்டிச் செல்வாள். கடை பூராவும் "நான் இருக்கிறேன்" என்கிறாற்போல் வெங்கடாசலபதியின் உருவப் படங்களும் காலண்டர்களும் தொங்கும். ஸேட்ஜி ஒரேமாதிரியான அத்தனை படங்களுக்கும் உயர் ரக ஊதுவத்திகளைக் கொளுத்தித் தூபம் காண்பிப்பார். அவர் உட்காரும் கல்லாவுக்கு மேல் வெங்கடாசலபதி, மோதிரத்தில், பர்ஸில், கோத்ரெஜ் அலமாரி ஸ்டிக்கரில் - பெரிய நாமத்தோடு வெங்கடாசலபதி...

அவளுக்கு அந்தக் கடையைத் தாண்டும்போது வேடிக்கையாக இருக்கும். கடன்பட்டவர்களிடம் தயை தாட்சண்யம் காட்டாமல் இரட்டிப்பாகவும் அதற்கு மேலாகவும் வட்டி வாங்கும் இந்த எமகாதக ஸேட்ஜியின் அக்கிரம லேவாதேவிக் கடையில் வெங்கடாசலபதிக்கு என்ன வேலை என்று தோன்றும்...

கிட்டடத்தட்ட அந்த ஸேட்ஜியின் கடையில் தொங்கும் வெங்கடாசலபதி படங்களின் நிலையில்தான் பிரபுவின் வீட்டில் தானும் இருப்பதுபோல் திடீரென்று தோன்றிற்று. வாஸ்வத்தில் அந்த ஸேட்ஜிக்கும் பிரபுவுக்கும் ஏதும் வித்தியாசமில்லை...

இரவு ஒன்பது மணிக்கு டில்லித் தெருக்களில் சந்தடியே இல்லை விஸ்தாரமான ரோடுகள் சுத்தமாகத் தெரிந்தன. குளிர்ந்த காற்றில் நைட் க்வீனின் சுகந்தம் கலந்திருந்தது. முதல் முறையாக இரவு நேரத்தில் வெளியில் தனியாக டில்லியில் சென்று வருகிறோம் என்கிற நினைப்பு லேசாகக் குறுகுறுத்தது.

அவள் சட்டென்று தன்னைச் சமாளித்துக் கொண்டு நிமிர்ந்து உட்கார்ந்தாள். சட்டம் போட்டு அடக்கி ஆணியில் தொங்கவிடும் படம் இல்லை நான். நான் ஒரு பிரகிருதி. எனக்கென்று ஆசைகள், லட்சியங்கள், எதிர்பார்ப்புகள் உண்டு. நான் இருக்கும் சூழலில் அவற்றிற்கு வடிகால்கள்

இல்லையென்றால், வடிகால்களைத் தேடி நான் போக வேண்டும். வேறு வழியில்லை. நான் ஏதும் தவறு செய்யவில்லை. நான் நானாக இருக்க முயற்சிக்கிறேன்.

வீட்டை அடைந்து கேட்டைத் தாண்டி வண்டி உள்ளே நுழைந்ததும் அவளுக்குத் தூக்கி வாரிப்போட்டது. பிரபுவின் வண்டி வந்துவிட்டிருந்தது.

இன்றைக்கு என்று சீக்கிரம் வந்திருக்கிறான்! ஏதோ தவறிழைத்தாற்போல் அவளுக்கு மார்பு படபடத்தது.

இன்றைக்கும் நேரமாகும் அவன் வருவதற்கு என்று அனுசுயா சொன்னாளே?

ஓசைப்படுத்தாமல் படியேறும்போது அவள் மெல்ல மெல்லத் தைரியத்தை வரவழைத்துக் கொண்டாள். நான் எதும் தப்பான காரியம் செய்யவில்லை. எதற்குப் பயப்பட வேண்டும்? மாதத்தில் இருபது நாட்கள் நட்ட நிசியில் பாவத்தைச் சுமந்து கொண்டு அவன் என் கண்ணெதிரில் வருகிறான். ஸேட்ஜியின் வெங்கடாசலபதியைப் போலதான் விலகி நிற்கிறேன். சொல்லித் திருந்தமாட்டான் என்கிற உணர்வில். காலையில் எழுந்ததும் எதுவுமே நடக்காதது போல் என்னைக் கிண்டல் செய்கிறான். இட்லி வேணுமா, சட்னி வேணுமா என்று தூபம் காண்பிக்கிறான். அவனிடம் நான் எதற்குப் பயப்பட வேண்டும்?''

அவள் மெல்லத் தன் அறைக் கதவைத் திறந்து கொண்டு உள்ளே சென்றாள். நிலைக் கண்ணாடியில் எளிய அலங்காரத்தில் ஒரு புதிய சோபை தெரிந்தது.

''நந்தினி!''

புடவையை அவிழ்க்கப் போன கை தூக்கி வாரிபோட்டது.

''நந்தினி!'' குரல் ஆக்ரோஷத்துடன் வெளிப்பட்டது.

தலைப்பை மறுபடி தோளில் போர்த்திக்கொண்டு அவள் அவன் அறையை நோக்கி நடந்தாள்.

பிரம்மாண்ட 'டபிள் காட்'டை ஒட்டினாற்போல் இருந்த நாற்காலியில் அவன் உட்கார்ந்திருந்தான். நைட் ஸூட் அணிந்து கையில் கிளாஸ் டம்ளருடன்... மேஜை மேல் ஸ்காட்ச் விஸ்கி...

அவள் நுழைந்து அவன் எதிரில் நின்று நேருக்கு நேராக அவனைப் பார்த்து, "ஹல்லோ!" என்று புன்னகைத்தாள்.

அவன் கண்களில் ஒரு வியப்பும் சட்டென்று ஒரு கோபமும் தென்பட்டன. "எங்கே போயிருந்தே. நான் இல்லாதபோது?"

குரலிலிருந்த உக்கிரம் லேசாக உலுக்கிற்று.

"அலியாஸ் ஃப்ரான்ஸேயிலே ஒரு நல்ல ஃப்ரெஞ்சுப் படம் இன்னிக்கு. பார்க்கப் போனேன்."

"அந்தத் தாடிக்காரனோடயா?"

தன்னால் எப்படிப் புன்னகைக்க முடிகிறது என்று அவள் வியந்தாள். "இல்லே. தனியாகத்தான்."

"அவன் அங்கே வரல்லே?"

"வந்திருந்தார். அங்கே வந்திருந்த எத்தனையோ பேரிலே ஒருத்தரா."

"புதுச்சினேகிதம் ஏற்பட்டுப்போன திமிரா இது?"

"எது?"

"நான் இல்லாதபோது சொல்லாமல் கொள்ளாமல் கண்டவனோட ஊர் சுத்தறது?"

அவள் அவனைத் தீர்க்கமாகப் பார்த்தாள். "நான் கண்டவனோடு போகவுமில்லே. ஊர் சுத்தவும் இல்லே. ஒரு கௌரவமான இடத்திலே ஒரு கல்சுரல் ஷோவைப் பார்க்கப் போனது தப்புன்னு தோணல்லே. கதாகாலட்சேபம், கச்சேரின்னு மெட்ராஸ்லேகூடப் பெண்கள் தனியாக போறதில்லே?"

“புருஷன் இல்லாத சமயத்திலே அவனுக்குத் தகவல் சொல்லாமல் ஒரு தாடிக்காரன் ‘வரியா?’ன்னு போன் பண்ணினதும் கிளம்பிப் போனா அதுக்கு என்ன அர்த்தம்?”

அவள் திடுக்கிட்டாள். வீட்டிலேயே உளவுக்காரர்களை வைக்கிறானா என்று ஆச்சரியமேற்பட்டது. அதைக் காண்பித்துக் கொள்ளாமல் புன்னகைத்தாள். “நான் எங்கே போனேன். ஷோ முடிஞ்ச கையோடு கிளம்பினேனா இல்லையா என்கிற விவரத்தை டிரைவர்கிட்டே கேளுங்களேன். நீங்க வீட்டிலே இருக்கிற சமயம் எது? ஆபீஸுக்கு டெலிபோன் செய்யக் கூடாதுன்னு நீங்க சொல்லல்லே?”

“ஒரு மெஸேஜ் எழுதி வைக்கிறதுக்கென்ன?”

“நீங்க வரதுக்கு லேட்டாகும்னு அனுசுயா சொன்னாள்.”

“சீ! உனக்கு வெட்காமாயில்லே. ஒரு வேலைக்காரியோட வார்த்தையை நம்பி?”

கேவலம் ஒரே ஒரு நாள் அவள் வெளியில் சொல்லாமல் போனதற்கு இவன் செய்யும் ஆர்ப்பாட்டம் மிகையாகத் தோன்றிற்று.

“ஆய்ஞ்சு ஓய்ஞ்சு வீட்டுக்கு வரேன். நீயில்லே!”

“இருந்திருந்தால் என்ன செய்திருப்பீங்க?”

அவன் மளக்கென்று ஒரு வாய் விஸ்கியைக் குடித்தான். அவளைக் கோபத்துடன் பார்த்தபோது கண்களில் சிவப்புத் தெரிந்தது. நான் வீட்டுக்கு வரும்போது நீ இங்க இருக்கணும்னு எதிர்பார்க்கறேன். ஐ டோண்ட் லைக் ஸ்ர்ப்ரைஸஸ். டாமிட்!”

மார்புக்குக் குறுக்காக இரண்டு கைகளையும் பின்னிக்கொண்டு அவள் நின்றாள். “ஓ.கே. இனிமே திடீர்னு வெளியிலே போகணும்னா எழுதி வெச்சுட்டுப் போறேன்.”

“ரெகுலரா போறதுன்னு முடிவு பண்ணிட்டியா?”

"ஆமாம்." என்றாள் அவள் பதட்டமில்லாமல். "இல்லேன்னா அந்தச் சியாமளா மாதிரி ஒரு நியூராட்டிக்காப் போயிடுவேன்..." அவளுக்குத் திடீரென்று தொண்டையை அடைத்துக் கண்களில் நீர் படர்ந்தது. "எனக்கும் ஆச்சரியங்கள் பிடிக்காது. நீங்க இதுவரை எனக்குக் கொடுத்திருக்கிறது வெறும் ஆச்சரியமில்லே, அதிர்ச்சிகள்!"

அவள் பேச்சை லட்சியம் செய்யாமல் அவன் மறுபடியும் ஒரு பெக் குடித்து முடித்தான். அவளை நிமிர்ந்து பார்த்துச் சிரித்து ஆங்கிலத்தில் சொன்னான். "அந்த அதிர்ச்சிகளோடு இருக்கப் பழகிக் கொள். யெஸ். யூ பெட்டர்!"

அவனது சாவதானமும் அலட்சியமும் குபீரென்று அவளுள் சீற்றத்தைக் கிளப்பின. "என்கிட்ட ஏதானும் மாறுதல் ஏற்பட்டா நீங்களும் அதைப் ஏற்கப் பழகிக்குங்க." என்றாள். "நான் மட்டும் ஏன் பேசாம இருக்கணும்? உங்களைக் கல்யாணம் பண்ணிக்கொண்ட காரணத்தாலே எல்லா அவமானத்தையும் ஏன் பொறுத்துக்கணும்? இந்தக் காலத்திலே எந்தப் புருஷனும் இப்படிப்பட்ட கெடுபிடியைக் காண்பிக்கறதில்லை. உங்கப்பா அப்படி இருந்திருக்கலாம். உங்கம்மா வாயை மூடிக்கொண்டு இருந்திருந்தாரானால் என்னாலே அப்படியிருக்க முடியாது. ஸாரி"

அவள் சற்றும் எதிர்பார்க்காமல் அவன் விசுக்கென்று எழுந்தான். விரைந்து அவளருகில் வந்து பளாரென்று கன்னத்தில் அறைந்தான்.

"எங்க அம்மா, அப்பாவைப்பத்தி உனக்கென்ன தெரியும்? ஏன் அவங்களை இழுக்கறே? உம்?"

அவனது திடீர்க் கோபத்துக்கு காரணம் புரியாமல் அவள் நிலைகுலைந்து போனாள்.

"மூணு மாசம் வெளியிலே அவுத்துவிட்டதிலே இத்தனை திமிர் ஏறிட்டுதா? ஊர்மேயப் போகணும்னு பாக்கறியா

அந்த ரேகா மாதிரி?'' அவன் மறுபடியும் அறைந்தான். ''நாளையிலேருந்து நோ ஜே.என்.யூ! நோ ஃப்ரெஞ்ச் க்ளாஸ்! நோ தாடிக்காரன்!''

அவன் சோர்ந்து போய்த் தள்ளாடிக்கொண்டு கட்டிலுக்குச் செல்வதைப் பார்க்கும்போது, அவன் போதையில் இருப்பது தெரிந்தும் அவன் கோபத்தைக் கிளறும்படி பேசியது தவறு என்று அவள் புரிந்து கொண்டாள்.

***

அத்தியாயம் 12

வழக்கம்போல் அதிகாலையில் புலன்கள் விழித்துக் கொண்டன. பிரபுவின் குரல் கோபமாக எங்கிருந்தோ ஒலித்ததுபோல் இருந்தது. முந்தைய இரவின் ஞாபகங்கள் பிரவாகமாக கிளம்ப, இது பிரமையா நிஜமா என்று ஒரு கணம் அவள் விழித்தாள். கன்னத்தில் இன்னும் எரிச்சல் இருந்தது.

கதவு லேசாகத் தட்டப்பட்டது. அவள் சரேலென்று எழுந்தாள்.

வெளியில் ஹரிராம் நின்றிருந்தான். "அனுசுயாவுக்கு ஜுரம் மேம்ஸாப். அவளுடைய புருஷனும் நைட் ட்யூட்டிக்குப் போயிருக்கான். இன்னும் திரும்பலே. ஸாப்புக்கு பெட் டீ போடணும். நான் போட்டால் அவருக்குப் பிடிக்காது!"

"இதோ நான் வர்றேன்."

அவள் விறுவிறுவென்று பல் தேய்த்து முகம் கழுவிக்கொண்டு கீழே சென்றாள்.

பிரபு இன்னும் படுக்கையில்தான் இருக்கிறான் என்று புரிந்தது. அவனுக்காகத் தேநீர் தயாரிப்பது ஒரு வினோதமான உணர்வை ஏற்படுத்திற்று. யாரோ முன்பின் பழக்கமில்லாத விருந்தாளிக்குத் தயாரிக்கிற மாதிரி...

கல்யாணமாகி வந்த புதிதில் தனது சமையல் திறமையைக் காண்பிக்க வேண்டும் என்று ஏக ஆர்வம் இருந்தது அவளுக்கு. சமையல் அறையில் அவள் நுழையவே கூடாது என்று அவன் உத்தரவு போட்டான். 'என் குடும்பத்தில் அது வழக்கமில்லை. நீ ஒரு மேம்ஸாப்பாக வளைய வரப் பழகிக்கணும்' என்று ஆக்ஞையிட்டபோதும் அதை மீறி அவள் ஆர்வத்தின் காரணமாய்ப் பதார்த்தங்கள் செய்தபோது அவன் அதைப் பாராட்டாமல் கடுமையாக் கோபித்துக் கொண்டதும் அவள் ஏமாற்றத்துடன் விலகிக் கொண்டாள். வெகு விரைவில் அவனது சுபாவம் புரிந்து மனத்தில் எழும்பியிருந்த கோட்டைகள் சரிந்ததும் இந்தக் கோட்டை எப்படிப் போனால் நமக்கென்ன என்கிற வெறுப்பில், நானும் ஒரு தற்காலிக நிழலுக்கு ஒதுங்க வந்த பயணி இங்கு என்கிற வைராக்கியத்தில் அவள் முழுவதும் ஒதுங்கிக் கொண்டாள்.

பல வருஷங்களுக்கு முன் யாரோ தயாரித்த அட்டவணையின்படி சமையல் வேலை இங்கு பருவ மாறுதல்களுக்கேற்பச் சீராக நடந்து வரும் ஆச்சரியம் இப்பொழுது பழகிவிட்டது.

தேநீருக்கு நீரை வைத்துவிட்டு அன்றைக்கான மெனுவை அவள் நோட்டம்விட்டாள். பிரபுவுக்கு மதியச் சாப்பாடு அனுப்ப வேண்டியதில்லை அன்று இரவுச் சாப்பாடு முழுவதும் வடக்கத்தியச் சாப்பாடு. ஓட்டல் மெனு மாதிரி இருந்தது. புலாவ், பாலக் பனீர், நவரத்தன் குர்மா, ராய்த்தா...

இது ஒரு ஓட்டல். ஒருத்தனுக்காக நடத்தப்படும் ஓட்டல். பந்தமும் பாசமும் நெருக்கமும் இல்லாத, அவை வேண்டாத ஒரு தனி மனிதன் வாழும் ஓட்டல். அதில் அவன் இஷ்டப்படி இருப்பான். என்ன வேண்டுமானாலும் செய்வான். யாரும் கேள்வி கேட்க முடியாது. அவன் கொடுக்கும் ஊதியத்துக்காக அவன் சொற்படி கேட்கும் ஆட்கள் அவனுக்குத் தேவை. அவன் கூப்பிட்ட மாத்திரத்தில் கேட்டதைக் கொண்டு வந்து

கொடுக்கும் ஐந்து நட்சத்திர ஓட்டலின் சர்வீஸ் தேவை. இந்த ஓட்டலின் சர்வீஸ் அவனுக்கு அத்துப்படி, அதில் எந்த மாறுதலையும் அவன் ஏற்க மாட்டான். ஆச்சரியங்கள் அவனுக்குப் பிடிக்காது.

இவனுக்கு ஒரு மனைவி எதற்கு? அவன் மணி அடித்ததும் சேவகம் செய்ய ஆள் கிடைக்காத தருணத்தில் வந்து நிற்கும் 'ஸ்டாண்ட் பை'யாக இருக்கவா?

அவள் கொதிக்கும் நீரைத் தேயிலை போட்டுத் தயாராக இருந்த பீங்கான் ஜாடியில் ஊற்றி அதற்குமேல் கம்பளிக் குல்லாவை வைத்தாள்.

இருபது வருஷங்கள் அவள் பார்த்து பழகிய சூழலுக்கும் இதற்கும் எத்தனை வித்தியாசம்?

அம்மாவின் மேல் அப்பாவுக்கு இருக்கும் கரிசனமும், அவரது உடம்பையும் மூடையும் அனுசரித்து நடக்கும் அம்மாவும், ஏழ்மையிலும் அவர்களிடையே சுகந்தமாய் இழையும் அன்னியோன்யமும்

"இன்னிக்கு வயிறு சரியாயில்லேங்கிறேங்களே, மிளகுக் குழம்பு வைக்கட்டுமா?"

"ஆமாம் மீனு. நானே சொல்லணும்னு நினைச்சேன். இதோ பார். நீயே வை!"

"நல்ல கூத்து. உங்களுக்குப் பண்ணும்போது வேறு யாரையாவது வைக்கச் சொல்வேனா?"

பிரபுவின் அறையிலிருந்து சமையறையில் 'பஸ்ஸர்' ஒலித்தது. பெட் டீ வேண்டும் என்பதற்கான ஸிக்னல்.

அவள் அவசரமாக டிரேயைத் தயார் செய்து கஞ்சி போட்டு முடமுடத்த வெள்ளை வெளேர் நாப்கின்னை வைத்துக் கையில் எடுத்துக் கொண்டாள்.

நாப்கின்னால் உதட்டிலிருக்கும் ஈரத்தை ஒற்றியெடுக்கும் இந்த நாசூக்குகாரனுக்குக் கைமணத்தைப் பற்றி என்ன தெரியும்? தாம்பத்திய அன்னியோன்னியத்தைப் பற்றி என்ன தெரியும்?

''நான் டிரேயை எடுத்துக்கொண்டு மேலே வர்ரேன் மேம்ஸாப்!''

சமையலறை வாசலிலேயே காத்து நின்றிருந்த ஹரிராம் அவள் கையிலிருந்து வாங்கிக் கொண்டான்.

அவள் அவனுக்கு நன்றி சொல்லிவிட்டு அனுசுயாவின் உடம்பைப் பற்றி மெல்லிய குரலில் விசாரித்தபடி மாடிக்கு அவனுடன் சென்றாள்.

அவனிடமிருந்து டிரேயை வாங்கிக்கொண்டு பிரபுவின் அறை வாசலில் நின்றபோது மறுபடியும் நேற்று இரவு அவன் கோபமாகச் சொன்ன வார்த்தைகளும் அடித்த அடியும் நினைவுக்கு வந்தன.

''எங்கப்பா அம்மாவைப் பற்றி உனக்கு என்ன தெரியும்?''

ஒண்ணும் தெரியாது. உங்க குலமும் குல வழக்கங்களும் தெரியவும் இல்லே. புரியவும் இல்லே - எத்தனை ஜன்மம் எடுத்தாலும் புரியாது – எங்கம்மாதான் மிளகுக் குழம்பு வைக்கணும் என்கிற எங்கப்பாவுடைய ஆசை உங்களுக்கும் புரியாத மாதிரி...

அவள் மெலிதாகக் கதவைத் தட்டிவிட்டு அறைக்குள் நுழைந்தாள்.

அவளைப் பார்த்து லேசான வியப்புடன் அவன் நிமிர்ந்து சாய்ந்த வாக்கில் உட்கார்ந்தான். அவன் முகம் சோர்ந்திருந்ததையும் கண்களுக்கடியில் பைகள் தொங்கியதையும் அவள் கவனித்தாள்.

நான் இந்த ஓட்டலில் ஒரு 'ஸ்டாண்ட் பை' எங்கிற பலவந்தமான் சுய ஞாபகப்படுத்தலில்,

"குட்மார்னிங்!" என்றாள்.

"அனுசுயா எங்கே?" என்றான் அவன் பதிலுக்கு.

"அவளுக்கு ஜுரம்! அவள் புருஷனுக்கு நைட் டியூட்டி" என்றபடி, டிரேயை அவள் கட்டிலருகில் இருந்த மேஜை மேல் வைத்தாள். "ஸாரி டு ஸர்ப்ரைஸ் யூ!"

அவன் கைகளைத் தலைக்குப் பின்னால் கோத்து அவளைச் சுவாரசியத்துடன் பார்த்தான்.

"ஆ, இது இனிய ஆச்சரியம்!" என்றான் ஆங்கிலத்தில். "அனுசுயாவுக்கு வந்திருக்கிற ஜுரம் டைஃபாய்டா இருக்கட்டும். அவள் புருஷனுக்குத் தினமும் நைட் டியூட்டியாக இருக்கட்டும்!"

அவள் திகைப்புடன் அவனைப் பார்த்தாள். நேற்றைய கோபத்தை இவன் மறந்துவிட்டான்! குடிபோதையில் அவளை அறைந்ததை மறந்துவிட்டான்.

நானே மறந்து இங்கு எந்தக் குற்ற உணர்விலோ, அல்லது உள்ளுணர்வின் உந்துதலியோ வந்து நிற்பது எதனால்? எந்த எதிர்பார்ப்பினால்?

அவள் தன்னைச் சமாளித்துக் கொண்டு சொன்னாள்.

"அதுக்கெல்லாம் அவசியமில்லை. நான் தினமும் கொண்டு வரத் தயார். இந்த ஆச்சரியமும் இனிமையும் மாறாம இருந்தால்."

சட்டென்று அவனுடைய பார்வை மாறிற்று. அவள் கையை முரட்டுத்தனமாகப் பற்றினான்.

"நிறைய டயலாக் பேச ஆரம்பிச்சிருக்கே. ஃப்ரெஞ்ச் டயலாக்கா?"

இவனுடைய ஆத்திரத்தை இப்பொழுது கிளறுவது முட்டாள்தனம் என்கிற உணர்வில் அவள் மெலிதாகப் புன்னகைத்தாள்.

"இல்லே. தமிழ்!" என்றாள்.

"எங்கப்பா எழுந்ததும் காப்பி கொண்டுபோய்க் கையிலே கொடுக்க, எங்கம்மா எந்தக் காரணத்துக்கும் காத்து நின்று நான் பார்த்ததில்லே! ஸாரி. உங்களுக்கு இது புரியாது. அதெல்லாம் மிடில் கிளாஸ் பழக்கங்கள்!"

நிதானமாக அவன் அவள் கையை விடுவித்தான். சில விநாடிகள் அவளைத் தீர்க்கமாகப் பார்த்தான். அவள் குனிந்து தேநீர் கலப்பதை, அவள் கோப்பையை நீட்டும்போது எதிர்பாராத ஒரு கடுமை அவன் முகத்தில் தெரிந்தது.

"அப்பா அம்மாவைப் பற்றின பேச்சு இங்கே வேண்டாம். நான் என்னுடைய வாழ்க்கையை வாழறேன். நீ உன்னுடையதை வாழறே! ஐ வாண்ட் நோ கம்பாரிஸன்ஸ், அண்டர்ஸ்டாண்ட்?"

முந்திய இரவின் ஞாபகம் இவனுக்கு மெல்ல வருகிறது என்கிற கலவரத்துடன் அவள் மௌனமாக நின்றாள்.

"நீ டீ குடிச்சாச்சா?" என்றான் அவன் திடீரென்று.

"இல்லே! நான் காப்பி குடிக்கிறேன் கீழே போய், ராத்திரி உங்களுக்கு வீட்டிலே சாப்பாடு உண்டா?"

"நம்ம ரெண்டு பேருக்குமே இல்லே. ஒரு பார்ட்டிக்குப் போகணும்!"

அவள் சோர்வுடன் பார்வையைத் திருப்பிக் கொண்டாள். நாளைக்கு ஒரு பரிட்சை இருக்குது.

"ஏன், நான் கூப்பிட்டா மாத்திரம் உனக்கு முகம் இப்படிப் போகிறது? இன்னிக்கும் அந்தத் தாடிக்காரனோட வெளியிலே போகப் போறியா?"

அவள் உதட்டைக் கடித்துக் கொண்டாள். இன்றைக்கு விடிந்த வேளை நல்லவேளை இல்லை என்கிற ஆயாசத்தில்,

“எனக்கு எந்த என்கேஜ்மெண்ட்டும் இல்லே.” என்றாள் அவள் நிதானமாக. “பார்ட்டிக்கு வரேன்.” என்று சொல்லிவிட்டுக் கிளம்பினாள்.

நேற்று இரவு, “நோ ஜே.என்.யூ! நோ ஃப்ரெஞ்ச் க்ளாஸ்! நோ தாடிக்காரன்!” என்று இவன் கத்தினது இவனுக்கு ஞாபகம் வருவதற்குள் இவன் பார்வையிலிருந்து தப்பிக்க வேண்டும் என்று யத்தனிக்கையில்,

“டீ மிடிள் க்ளாஸா இல்லே, ஹை க்ளாஸா இருக்கு!” என்றான் அவன்.

எதிர்பாராத இந்தப் பாராட்டுதலில் அரை வினாடி குளிர்ந்த சுபாவத்துக்கு நுழைந்து சிரசைத் தாழ்த்தி அவள், “தாங்க் யூ!” என்றாள். “ஹை க்ளாஸ் கம்பெனியிலே நான் இருக்கும்போது அது எப்படி மிடில் க்ளாஸா இருக்கும்?”

அறையை விட்டு வெளியே வந்து சமையலைறக்குள் நுழைந்தபோது மார்பு படபடத்துக் கொண்டிருந்தது. நான் பதிலுக்குப் பதில் கொடுப்பதால் இவன் திருந்தப் போகிறானா? இவனுக்கு என்னைச் சீண்டுவதில் ஒரு சுவாரசியம் இருக்கிறது. அந்தச் சுவாரசியம் குறைந்து போனால் எனக்கு இந்த வீட்டில் இடம் இருக்காது...

“நீ வீட்டிலே இருக்கேங்கற நினைப்பு திருப்தியாயிருக்கு!”

இவனுக்குத் திருப்தி தரும் விஷயம் என்பதற்காக, இவனுக்கு ஒரு கௌரவக் கவசம் நான் என்பதற்காக. நான் ஏன் என் தன்மானத்தை இழந்து இவனுடன் இருக்க வேண்டும் என்று தினம் தினம் எழும் சீற்றம் புதிய உத்வேகத்துடன் எட்டிப்பார்த்தது.

இவனிடமிருந்து விலகிப் போகாததால் நான் யாருடைய கௌரவத்தைக் காப்பாற்றுகிறேன் என்மேல் இவனுக்குள் இருக்கும் சுவாரசியம் குறையக் கூடாது என்று ஏன் கவலைப்படுகிறேன்?

"நீ திரும்பி வந்தியானால், தோற்றுப் போனேன்னு அர்த்தம்!"

தட் இஸ் இட்! அம்மா கொடுத்த சாட்டையடியின் விளைவாக இருக்க வேண்டும் அது.

இங்கேயே, இவன் என்னை அவமானப்படுத்துவதை ஜீரணித்துக் கொண்டு உட்கார்ந்திருப்பது எனக்கு எந்த வகையில் வெற்றி?

இவனுடைய அம்மாவோ பாட்டியோ இருந்த மாதிரி நானும் வாயை மூடிக்கொண்டு என் தனித்தன்மையை இழக்கத் தயாராக இருப்பேன் என்று நினைக்கிறானா?

அவனுக்கு வந்த கோபம் அவளுக்கு நினைவுக்கு வந்தது. அவனுடைய பெற்றோர்களைப் பற்றி அவன் பேசியதேயில்லை. நான்கு வருசங்களுக்கு முன் இரண்டு வருஷ இடைவெளியில் இரண்டு பேரும் இறந்து போனார்கள் என்பதைத் தவிர.

அவனது திமிரையும் ஜபர்தஸ்தையும் ஆணவப் பழக்கங்களையும் பார்க்கும்போது செல்லம் கொடுத்து அவர்கள் இவனைக் குட்டிச் சுவராக்கியிருக்கிறார்கள் என்று அவர்கள்மேல் அவளுக்குக் கோபம் ஏற்படும். தொழில் விஷயத்தில் அசகாய சூரன், அப்பாவை விடக் கெட்டிக்காரன் என்று பார்ட்டிகளில் மற்றவர்கள் பேசுவதை அவள் கேட்டிருக்கிறாள்.

அவனுடைய மூளைக்கும் அவனது குணத்துக்கும் சம்பந்தமில்லை. சம்பந்தத்தை ஏற்படுத்த முடியும் என்று நான் நினைப்பேனானால் நான்தான் முட்டாள்.

அவள் காப்பியைக் குடித்துவிட்டுக் குளிக்கச் சென்றாள். அவன் காலை ஆகாரத்துக்கு வருவதற்குள் கீழே தயாராக இருக்க வேண்டும் என்கிற அவசரத்தோடு.

நாளைய பரிட்சைக்காக இன்று ஒரு ஸ்பெஷல் க்ளாஸ் வேறு இருந்தது. இனிமேல் நீ ஃப்ரெஞ்ச் க்ளாஸ் போகக்கூடாது என்று சொன்னால் என்ன செய்யப் போகிறோம் என்கிற யோசனையுடன் அவள் கீழே இறங்கி அவன் வருகிற சமயத்துக்குச் சரியாகப் பழச்சாறும் டோஸ்ட்டும் வெண்ணெயும் முட்டையும் எடுத்து வைத்தாள்.

அவன் ஏதோ யோசனையுடன் சாப்பிட அமர்ந்தான். அவள் இருப்பதையே கவனிக்காதவன் போல் பத்திரிகை படித்தான். திடீரென்று நினைவு வந்தவன் போல் -

"டிரைவரைக் கூப்பிடு" என்றான்.

"எந்த டிரைவரை!"

"வீட்டு டிரைவர். ராம்ஸிங்!"

அவள் அழைத்த வினாடியில் ராம்ஸிங் விழுந்தடித்துக் கொண்டு உள்ளே அவளுக்கு முன்னால் சென்றான். அவள் முகப்பறைக்குள் பிரவேசிக்கும்போது பிரபு சொல்லிக் கொண்டிருந்தான்.

"ராம்ஸிங் இனிமேல் மேம்ஸாபைக் காலேஜுக்குக் கொண்டுவிட வேண்டாம்!"

ராம்ஸிங்! மௌனமாகத் திரும்பி அவளைப் பார்த்த பார்வையில் இருந்த, 'ஐயோ பாவ'த்தைக் கண்டு அவளுள் பொத்துக்கொண்டு வந்த ஆத்திரத்தைக் கட்டுப்படுத்திக் கொண்டு அவள் தன்னறைக்குச் சென்றாள்.

எத்தனை திமிர். எத்தனை ஆணவம் என்கிற ஆங்காரத்தில் மனசு, 'ரோக்! பாஸ்டர்ட்!' என்று அரற்ற புத்தகக்கட்டைத் தூக்கிக்கொண்டு கிடுகிடுவென்று கீழே இறங்கினாள்.

"நான் கிளம்பறேன்" என்றாள் பிரபுவைப் பார்த்து.

"எங்கே?"

“ஜே.என்.யூவுக்கு. நான் பஸ்ஸிலே போய்க்கிறேன். எனக்குக் கார் தேவையில்லை.”

அவன் கோபத்துடன் அவளைப் பார்த்தான். அடிக்குரலில், “யூ ஆர் நாட் கோயிங்!” என்றான்.

“அஃப் கோர்ஸ் ஐ ஆம்!” என்றாள் அவள் கட்டுப்படுத்த முடியாத ஆத்திரத்தோடு. “என்னை நீங்கள் தடுக்க முடியாது.”

“அப்பத் திரும்பி இந்த வீட்டுக்குள்ளே நுழையாதே!”

“கண்டிப்பா நுழைவேன். இது என் வீடு!”

அவள் அவன் பதிலுக்குக் காத்திராமல் விடுவிடுவென்று நீள நடந்து கேட்டைத் தாண்டி - பஸ் ஸ்டாப்பை நோக்கி நடந்தாள். கோபத்தில் மார்பு படபடத்தது. எதற்காக நான் இவனிடம் தொங்க வேண்டும்...?

மெலிதான ஹார்ன் சப்தத்துடன் அவளருகில் கார் நின்றது. தன் ஸீட்டிலிருந்து ராம்ஸிங் வெளிப்பட்டான். சினேகிதமாகப் புன்னகைத்துக் கதவைத் திறந்து, “ஏறிக் கொள்ளுங்கள் மேம்ஸாப்! ஸாஹப்தான் அனுப்பினார்” என்றான்.

***

அத்தியாயம் 13

ஸ்பெஷல் கிளாஸ் முடிந்து அடுத்த வகுப்பு ஆரம்பிக்க இன்னும் அரை மணி நேரம் இருந்தது. மாணவ மாணவிகள் உற்சாகமாகச் சளசளத்தபடி தலைபோகிற அவசரம் போல் அறையை விட்டு வெளியேறுவதை நந்தினி ஒரு திடீர் ஏக்கத்துடன் பார்த்தாள். அவர்களுக்கும் அவளுக்கும் வயது வித்தியாசம் அதிகமில்லை. அவள் திருமணமானவள் என்கிற லேபில். அதுவும் பிரபு என்கிற பிரமுகனின் மனைவி என்கிற பட்டம் இடையில் எப்படிப்பட்ட இடைவெளியை ஏற்படுத்திவிட்டது. இவர்களுக்கு மிகச் சாதாரணமான லகுவான காரியம் அவளுக்கு ஒரு வாழ்க்கைப் போராட்டம்! அசிங்கமான பேச்சுக்கும் சண்டைக்கும் காரணமாக நிற்கும் கேவலம்...

அவள் தலையைக் குனிந்தபடி தன் புத்தகங்களைப் பையில் திணித்தாள். தயானந்தும் கிளம்பிவிடுவான் என்கிற எதிர்பார்ப்பில் நேற்று மாலை கலகலவென்று அவனுடைய நண்பர்களுடன் பேசியவள் இன்று அவனைக் கண்டும்காணாத மாதிரி உட்கார்ந்திருந்தால் அவன் என்ன நினைப்பான் என்று மனசு குறுகுறுத்தது. "என்ன வேணும்னாலும் நினைச்சுக்கட்டும்." என்று அவசரமாகத் தனக்குள் சொல்லிக் கொண்டு குனிந்த தலையுடனேயே எழுந்தாள்.

அவள் எதிரில் தயானந்த் நின்றிருந்தான். தோழமையுடன் அவள் தோள்மேல் கையை வைத்தான்.

"என்ன சமாச்சாரம்?"

அவள் தன்னைச் சமாளித்துக்கொண்டு, "ஹல்லோ!" என்று சிரித்தாள். "எது என்ன சமாச்சாரம்?"

"முகம் ஏன் இப்படி இருக்கிறது?"

"எப்படி?"

"வாடியிருக்கு. வழக்கமான உற்சாகமில்லை."

அவள் சிரித்தாள். "நாளைக்குப் பரிட்சையில்லையா? அந்தப் பயமாயிருக்கும்!"

புன்னகையும் யோசனையுமாய் அவன் சில வினாடிகள் அவளைப் பார்த்தான். "பரிட்சைக்குப் பயப்படற ஆசாமி நீங்க இல்லே - பயப்பட வேண்டிய அவசியமுமில்லே. காண்டீனுக்குப் போகலாம். வாருங்கள். ஒரு கப் காஃபி சாப்பிடலாம்."

"எனக்கு எதுவும் வேண்டாம். ப்ளீஸ்!"

"ஓ, கமான்!" என்று அவன் அவளை இயல்பாகத் தோளை அணைத்தபடி நடத்தினான்.

அவனது அண்மையிலும் பேச்சிலும் பார்வையிலும் எந்த விகல்பமும் தோன்றாதது இதமாக இருந்தது. இன்றைய மனநிலைக்கு அவனது நெருக்கம் வேண்டியிருக்கிறது.

"உங்களிடம் எழுபத்தைந்து பர்ஸெண்ட்தான் புத்திசாலித் தனம் - பாக்கி அசட்டுத்தனம்!"

"ரொம்பத் தாராளமாக மார்க் போடுகிறீர்கள். தாங்க்ஸ்!"

"உங்களை நான் மாற்றப் போகிறேன்."

"எப்படி? அந்தப் பர்ஸெண்டேஜைத் தலைகீழாக்கப் போகிறீர்களா?"

அவன் செல்லமாக அவள் முதுகில் ஒரு ஷொட்டுக் கொடுத்தான். ‘‘எழுபத்தைந்தை ஸென்ட் பர்ஸென்ட் ஆக்கப் போறேன்.’’

‘‘வேண்டாம். வேண்டாம். நான் இருக்கிறபடியே இருக்கேன். ஏற்கெனவே...’’ அவள் சட்டென்று நிறுத்தினாள்.

அவன் நின்று அவளைப் பார்த்தான். ‘‘ஏற்கெனவே...?’’

‘‘ஒன்றுமில்லை’’

அவன் மௌனமாகக் கான்டீனுக்குள் அவளுடன் நுழைந்தான். காப்பியுடன் அவன் இரண்டு ஸாண்ட்விச்சுக்குச் சொல்லிவிட்டு வந்தான்.

ஒதுக்குப்புறமாக இருவரும் அமர்ந்ததும், ‘‘ஒன்றும் வேண்டாம் என்று சொன்னேனே?’’ என்று அவள் முணுமுணுத்தாள்.

வாஸ்தவத்தில் பசித்தது. காலையில் பிரபுடன் போட்ட சண்டையினால் எதுவும் சாப்பிடாமல் கிளம்பியதில் வயிறு உறுமிக் கொண்டிருந்தது. அது அவனுக்குக் கேட்டிருக்குமோ என்று சந்தேகம் வந்தது.

அவன் ஸாண்ட்விச் ப்ளேட்டை அவள் பக்கம் நகர்த்தி, ‘‘சாப்பிடுங்கள். உங்களுக்குத்தான் பசி.’’ என்று புன்னகைத்தான். ‘‘ஃப்ரெஞ்ச் சொல்லித் தரத்தான் நான் லாயக்கு என்று நினைத்தீர்களா? முக பாவனைகளையும் எனக்குப் புரிந்துகொள்ள முடியும்?’’

‘‘இனிமேல் புர்க்கா போட்டுக் கொண்டு வரேன்!’’

‘‘ஏன் ப்ரெக்பாஸ்ட் சாப்பிடல்லே?’’ என்றான் அவன் கனிவுடன்.

அவள் சுய நினைவுக்கு வந்தாள். இட்லி வேகவேயில்லை. ப்ரெட் டோஸ்ட் எனக்குப் பிடிக்காது.’’

மேஜை மேல் படிந்திருந்த அவளது இடது கையை அவன் பரிவுடன் தட்டி, "ஓ.கே. நான் கேட்கவில்லை. சிரமப்படாதீர்கள்" என்றான்.

இவனிடம் எல்லாவற்றையும் கொட்டிவிட்டால் என்ன என்று எழுந்த வேகத்தை அவள் சரேலென்று அமுக்கினாள்.

ஸாண்ட்விச் உள்ளே சென்று காப்பி ஒரு வாய் உள்ளே சென்றதும் புதிய தெம்பு வந்தது. "நான் உனக்கு ஏன் சொல்லணும்" என்கிற பார்வை பார்க்க முடிந்தது.

அவன் தனது தாடியைச் செல்லமாக வருடியபடி காப்பியை உறிஞ்சிக் கொண்டிருந்தான்.

"இனிமேல் நோ தாடிக்காரன்!" என்று பிரபு நேற்றுக் கத்தியது நினைவுக்கு வந்தது. அதரங்களில் புன்னகையை வரவழைத்தது.

அவளைச் சீண்டுவதில் பிரபுவுக்கு ஒரு சுவாரஸ்யம் இருந்தது போல் அவனை எதிர்த்து நிற்பதில் ஒரு 'கிக்' கிடைப்பது போல் அவளுக்கு இப்பொழுது திடீரென்று தோன்றிற்று. ஆனால் இந்த உணர்வு மற்ற எல்லாவித செயற்கைக் 'கிக்'குகளைப் போலத் தற்காலிகமான சமாதானத்தைத்தான் கொடுத்தது. போதை மறைந்ததும் மனத்தில் ஏற்படும் குற்ற உணர்வும் அவமானச் சுமையும் இதற்கும் ஏற்பட்டன.

சின்னச் சின்ன விஷயத்திற்கு என்னுடைய சுதந்திரத்தை நிலைநாட்டிக்கொள்ள எப்படி என் நாகரிகத்தை இழக்கிற அளவுக்கு எதிர்க்க வேண்டியிருக்கிறது!

"ஏறிக் கொள்ளுங்கள். ஸாஹப் கொண்டு விடச் சொன்னார்"

ராம்ஸிங்கின் பார்வையில் இருந்த கனிவையும் கருணையையும் கார் சடுதியில் வந்து நின்ற வேகத்தையும் பார்த்தபோது, 'இது என்னுடைய வெற்றி!' என்கிற எக்காளம்

ஏற்படவில்லை. வீட்டின் எஜமானி வேலைக்காரனின் பரிதாபத்துக்கு ஆளாவது எத்தனை கேவலம் என்ற துக்கம் ஏற்பட்டது.

மனைவியிடம் விஷயத்தைப் பிரஸ்தாபிக்கவே இல்லாமல் வேலைக்கு இருப்பவனிடம், 'இனிமேல் மேம்ஸாப்பைக் காலேஜுக்குக் கொண்டுவிட வேண்டியதில்லை.' என்று ஒருத்தன் அவள் எதிரில் சொல்வானானால் அவனுக்கு எத்தனை திமிர் இருக்க வேண்டும்!

தூ! எத்தனை மானங்கெட்டு நான் இவனுடன் இருக்கிறேன்! சீண்டிவிட்ட குழந்தையைச் சமாதானப்படுத்துகிற கருணை யாருக்கு வேண்டும்?

கண்களின் ஓரத்தில் நீர் கோர்ப்பதையும் தொண்டையில் கனமாகத் துக்கம் உட்கார்ந்திருப்பதையும் அவள் உணர்ந்து திடுக்கிட்டாள்.

உளவியல் சாஸ்திரம் அறிந்த எமகாதகன் எதிரில் இருக்கிறான் என்கிற நினைப்புடன் அவள் மெல்லப் புன்னகைத்துக் கேட்டாள். "இந்த ஃப்ரெஞ்ச் கோர்ஸ் முடிஞ்சப்புறம் வேலை கிடைக்குமா?" அவன் வியப்புடன் அவளைப் பார்த்தான்.

"ஓ, முயற்சி பண்ணலாமே!" என்றான். "எம்பஸியிலும் அலியாஸ் ஃப்ரான்ஸேயிலேயும் எனக்கு நண்பர்கள் இருக்கிறார்கள். அவசியம் உதவுவார்கள்."

அவன் சிரித்தபடியே தொடர்ந்தான். "நீங்கள் இந்த வகுப்புக்குச் சேர்ந்திருப்பதே பெரிய விஷயம் என்று நான் நினைத்தேன். வேலையைப் பற்றியும் நீங்கள் யோசிப்பது எனக்கு ரொம்பச் சந்தோஷமாக இருக்கிறது. புத்திசாலிப் பெண்கள் சும்மா இருப்பது ஆபத்து."

அவள் தன் கூச்சத்தை மறைக்க எழுந்தாள். "பூதத்தைப் பற்றித்தான் அப்படிச் சொல்வார்கள்!"

அவன் வாய்விட்டுச் சிரித்தான். "மூளைக்கு வேலை கொடுக்காவிட்டால் பூதங்களாகத்தான் போவோம். அப்படி ஆன நிறையப் பேரை அன்றைக்கு உங்கள் பார்ட்டியில் பார்த்தேன்."

அவள் பேசாமல் அவனுடன் மௌனமாக நடந்தாள்.

"வேலைக்குச் சேர்ந்து விட்டீர்களானால் அந்தக் கூட்டத்தின் சாயை உங்கள்மேல் படியாமல் காப்பாற்றிக் கொள்ளலாம்."

"அது உங்கள் கையில்தான் இருக்கிறது."

"இப்பொழுதே தந்தேன்!" அவன் தன் கையை நீட்டி அவள் உள்ளங்கையை அழுத்திக் குலுக்கினான். "உங்களுக்கு உதவ நான் சித்தமாயிருக்கிறேன்!" என்றான். "வித் ப்ளெஷர்!"

அவனுடைய ஸ்பரிசமும் பார்வையும் ஒரு வினோதமான உணர்வை அடிவயிற்றில் ஏற்படுத்தின. அவள் கூச்சத்துடன் மெல்லத் தன் கையை விடுவித்துக் கொண்டாள். "ரொம்பத் தாங்க்ஸ்!"

"மிஸ்டர் பிரபு எப்படி இருக்கிறார்?" என்றான் திடீரென்று.

வகுப்புக்கு எல்லாரும் விரைந்து கொண்டிருந்தார்கள்.

"நன்றாயிருக்கிறாரே!" என்றாள் உங்களைப் பார்த்து. "ஒரு அலர்ஜி ஏற்பட்டிருக்கு. அவ்வளவுதான்."

"என்ன அலர்ஜி!"

அவனைத் திரும்பிப் பார்த்து லேசான சிரிப்புடன், "தாடி!" என்றாள்.

அவன் வியப்புடன் புருவத்தை உயர்த்திச் சிரிக்க ஆரம்பிக்கையில், அவள் கையை அசைத்து வகுப்புக்கு விரைந்தாள். அவன் எடுக்கும் வகுப்பு அன்று பிறகு இல்லை என்கிற நினைப்பு நிம்மதியைத் தந்தது. இவரிடம் நாம் இப்படிச் சரளமாக வார்த்தையாடுவது நல்லதற்கன்று என்று சந்தேகம்

ஏற்பட்டது. அவன் பார்வையிலிருந்த ஆர்வத்துக்கும் கையை அழுத்தின வேகத்துக்கும் ஏதேனும் அர்த்தமிருக்குமானால், தெரிந்துகொள்ளட்டும் - ஏற்கெனவே சுமுகமில்லாத தன் தாம்பத்தியத்தில் நீ அதீதமாக ஆர்வம் காட்டினியானால் தனக்குத்தான் ஆபத்து. மனசு பைசாசமாகப் போவதைத் தடுக்கத்தான் இங்கு வருகிறேன். புதிய உறவுகளைத் தேடுவதற்காக இல்லை.

வகுப்பு முடிந்து அவள் வீடு திரும்பியதும் அவள் மேஜைமேல் பிரபுவின் கையெழுத்தில் ஒரு குறிப்பு இருந்தது.

'இன்று இரவு அகர்வால் வீட்டில் விருந்து. உன்னை அழைத்துப் போக ஏழே காலுக்கு வண்டி வரும். நான் அலுவலகத்திலிருந்து நேராக விருந்துக்கு வருகிறேன்.'

அகர்வால் வீட்டில் விருந்து என்கிற விவரமும், காலையில் உண்டு இல்லை என்று சண்டை போட்டவனுடன், டிரைவர் எதிரில் அவமானப்படுத்தியவனுடன் வெட்கம் கெட்டு விருந்துக்குப் போகிறோம் என்கிற நினைப்பும் அவளுள் ஓர் அவமான உணர்வை ஏற்படுத்தின.

நம் புத்திசாலித்தனத்தைப் பற்றி தயானந்த் தலைகீழாகக் கணக்குப் போட்டிருக்கிறான் என்று தோன்றிற்று. நமக்குள் எழுபத்தைந்து சதவிகிதம் இருப்பது முட்டாள்தனம். ஆட்டு மந்தைத்தனம்...

மனப் போராட்டமெல்லாம் அடங்கி மறுநாள் பரிட்சைக்காகப் படித்து முடித்து விருந்துக்குத் தயாராகி, கம்பெனி காரில் பொம்மைபோல் ஏறி அமர்ந்து அகர்வால் வீட்டை அடைந்தபோது மனம் ஜடமாகிப் போயிருந்தது.

முகப்பில் அகர்வாலும் ரேகாவும் நின்றிருந்தார்கள். அவர்களுடன் பிரபுவும் நின்றிருந்தான்.

இரு கைகளையும் முன்னால் நீட்டி, ''ஆயியே! ஆயியே'' என்று அகர்வால் அமர்க்களத்துடன் அவளை வரவேற்றார்.

அவளுடைய தோள்களை அழுத்திப் பிடித்து, "யூ லுக் ப்யூட்டிஃபுல்!" என்றார்.

அவள் சங்கடத்துடன் நெளிந்தாள். ஞாபகமில்லாமல் புன்னகைப்பவன் போல் நின்ற பிரபுவின் மேல் அவளுக்குக் காரணம் புரியாமல் எரிச்சல் கிளம்பியபோது, அகர்வால் தனது பருத்த கைகளால் அவள் கன்னங்களை வருடினார்.

"தென்னிந்தியப் பெண்களுக்கிருக்கும் அழகு அலாதியானது..."

அவள் சரேலென்று விலகி ரேகாவின் அருகிற்கு விரைந்து, "ஹலோ ரேகா, எப்படியிருக்கிறாய்?" என்றாள்.

ரேகாவின் கண்களில் பரிகாசமும் சிரிப்பில் அலட்சியமும் தெரிந்தன. "நீங்களே சொல்லுங்கள் பிரபு. எப்படியிருக்கிறேன்?"

வெகு சிக்கனமான ரவிக்கையில் வெகு தாராளமாக உடம்பைக் காட்டிக்கொண்டு பிரபுவின் தோளைக் கூச்சமில்லாமல் அணைத்துக் கொண்டு அவள் நிற்கும். அசிங்கத்தைப் பார்க்க நந்தினிக்குக் குமட்டிக் கொண்டு வந்தது. அவளை மேலும் கீழுமாக ஒரு பார்வை பார்த்து, "யூ லுக் க்ரேட்!" என்று சிலாகித்த பிரபுவின் கன்னத்தில் பளாரென்று ஓர் அறை வைத்தால் என்ன என்று ஆத்திரம் வந்தது.

வேறு தோள்களைத் தேடிக்கொண்டு ரேகா அகன்றதும் அவள் தன் எரிச்சலை அடக்க முடியாமல் பிரபுவிடம் சொன்னாள்.

"இவர்கள் வீட்டிலே இப்படி விருந்துன்னு தெரிஞ்சிருந்தா நான் வந்தே இருக்க மாட்டேன். இதைவிட மோசமா என்னை நீங்க தண்டிக்க முடியாது."

அவன் அவளைப் பார்த்துப் பளீரென்று வரிசைப் பல்லைக் காண்பித்துச் சிரித்தான். "நானும் வந்திருக்க மாட்டேன்.

மாயாவுக்குப் பதினாறாவது பிறந்த நாள்னு சொன்னதாலே வந்தேன். ஐ லைக் தட் கிட்!''

''நீங்க சொல்லவேயில்லையே? ப்ரெஸென்ட் ஏதும்...?''

''நான் கொண்டு வந்திருக்கேன். போய்க் கொடு!''

தேவதையைப் போல் மாயா இருந்தாள். அந்த அழகும் முகத்திலிருந்த தூய்மையும் ஆளை அசத்தின. அவளுடைய சுபாவமான அடக்கமும் கூச்சமும் நம்ப முடியாதவையாக இருந்தன. அகர்வாலின் பெண் இவள் என்கிற நினைப்பு ஒரு பரிதாப உணர்வை ஏற்படுத்திற்று.

மாயாவின் கையைப் பற்றி, ''இது உன் பிறந்த நாள் பார்ட்டி என்று எனக்கு இப்பொழுதுதான் தெரியும் மாயா. என்னுடைய வாழ்த்துக்கள்'' என்றாள்.

மாயாவின் முகம் சூம்பிப் போயிற்று. ''இது அம்மாவுக்காகப் பார்ட்டி ஆன்ட்டி. எனக்காக இல்லை!''

வார்த்தைகளில் வெறுப்புத் தீவிரமாக ஒலித்தது.

பிரபு கனிவுடன் அவள் முதுகைத் தட்டினான். ''யூ ஆர் எ ஸ்வீட் டால்! உன்னைப் பெருமையாத் தன் ஃப்ரெண்ட்ஸுக்கு அறிமுகப்படுத்தணும்னு உங்கம்மா நினைக்கறதிலே என்ன தப்பு?''

''நான் வெறும் பொம்மையில்லே அங்கிள்!''

தீர்க்கமான பார்வையில் மெல்லிய துக்கம் இழையோடிற்று. ஒரு வினாடி குழப்பத்துடன் அவளைப் பார்த்துப் பிறகு தன்னைச் சமாளித்துக் கொண்டு பிரபு சிரித்தான். அவளது பட்டுப் போன்ற தலையைச் செல்லமாக வருடி, ''கண்டிப்பாக இல்லை. உற்சாகமாக இரு. நாமெல்லாம் தனித்தனி ஆட்கள். உன்னுடைய வாழ்க்கை உனக்குத்தான் சொந்தம். எதைப்பத்தியும் அலட்டிக்காம இரு.'' என்றான்.

மாயா அவனை மெலிதான புன்னகையுடன் ஆழமாகப் பார்த்தாள். நிதானமாக வார்த்தைகளைக் கோக்கிறவள் போல் சொன்னாள். “நாமெல்லாம் தனித்தனி ஆட்களாக இருக்கக் கூடாது அங்கிள்!”

***

அத்தியாயம்

14

பிரபு வியப்புடன் மாயாவைப் பார்த்தான். ஏதோ பதில் சொல்ல ஆரம்பிக்கையில் "ஹல்லோ!" என்று கவர்ச்சியாகச் சிரித்தபடி பத்மனாபன் வந்தார்.

மாயாவின் தோளை அட்டகாசமாக இறுக்கி அணைத்து, "ஹல்லோ ஸ்வீட்டி!" என்று கன்னத்தில் முத்தமிட்டு, ஸ்வீட் ஸிக்ஸ்டீன் என்கிற வார்த்தை உனக்குத்தான் பொருந்தும்!"

ரேகாவின் பெண்ணாக இல்லாமல் மாயா சங்கடத்துடன் நெளிந்தாள்.

அவளுக்குப் பரிசைக் கொடுத்து வாழ்த்திவிட்டுப் பிரபுவிடம் ஒதுக்குப்புறமா நின்று கண்ணைச் சிமிட்டியபடி, பத்மனாபன் தமிழில் மெல்லிய குரலில் சொன்னார். "இந்தப் பெண்ணுடைய அப்பன் அதிர்ஷ்டக்காரப் பயல். பொண்டாட்டி அவனுக்கு ஒரு மூலதனம். இனிமேல் பெண்ணையும் உபயோகிச்சுப்பான். அதுக்குத்தான் இந்த விருந்து!"

நந்தினி அதிர்ச்சியுடன் அவரைப் பார்த்தாள். இப்படிக்கூட ஒரு மனிதர் விவஸ்தையில்லாமல் பேசமுடியுமா என்று நெஞ்சு பதைத்தது.

பிரபுவின் முகத்தில் கோபம் தெரிவது ஆச்சரியமாக இருந்தது.

''உளறாதீங்க பத்மனாபன்.''

''சியாமளா ஏன் வரல்லே?'' என்று நந்தினி பேச்சைத் திருப்பினாள்.

''உடம்பு சரியில்லே அவளுக்கு.''

''என்ன உடம்புக்கு?''

அவர் அலட்சியமாகத் தோளைக் குலுக்கிச் சிரித்தார். ''தெரியாது. கேட்டா வம்பிலே மாட்டிப்பேன். 'உடம்பு சரியில்லே, நான் வரல்லேன்'னாள். சரின்னு வந்துட்டேன்.''

''நாங்கள் கூட்டாளிகள் - மனைவிமார்கள் என்கிற சில்லறை விஷயத்தைப் பொறுத்தவரை'' என்கிற மாதிரி பிரபுவின் தோளை அணைத்து மேம்போக்காகச் சிரிக்கும் அவரைப் பார்க்கும்போது அவளுக்குச் சுரீரென்று கோபம் வந்தது. தொட்டாற் சுருங்கியான சியாமளாவுக்குள் இருக்கும் பலவிதமான வியாதிகளின் வித்து இவரிடம்தான் என்று தானே புரிந்து கொண்டாலும் இவர் அதைப் பற்றி ஏதும் கவலைப்படமாட்டார் என்று தோன்றிற்று. இவரைவிடப் பிரபு தேவலை என்று திடீரென்று நினைத்துக் கொண்டாள். அவளுக்காக அனுசுயாவை இட்லி பண்ணச் சொல்லும் கவனத்திலும், அவள் கேட்காமலே செலவுக்குப் பணம் கொடுக்கும் ஞாபகத்திலும், டிரைவரைப் பஸ் ஸ்டாப்புக்கு விரட்டும் வேகத்திலும், எந்த மூலையிலோ அவன் நெஞ்சத்துக்குள் 'இவள் என் மனைவி' என்கிற பிரக்ஞை ஒட்டிக் கொண்டிருந்தது. இவருக்குச் சியாமளா ஒரு சுமை. தன் எண்ணத்தை வெளிப்படுத்துவதில் இவருக்கு எந்தக் கூச்சமுமில்லை...

'கட்டி உதைக்க வேண்டும் இவன்களை' என்று தனக்குள் முணுமுணுத்துக் கொண்டு அவள் நகர்ந்தாள். மாயாவையும் அவளையும் தவிர எல்லாரும் பெரிய சந்தோஷத்தில் இருக்கிறார் போல் தோன்றிற்று.

''இந்தப் பார்ட்டி அம்மாவுக்காக, எனக்காக இல்லை!'' என்று மாயா சொன்னது வாஸ்தவமான வார்த்தை என்றுபட்டது. பிறந்த நாள் குழந்தையை யாரும் கவனிக்கவே இல்லை. வழக்கமான குடியும் கூத்துமாக நீண்டது விருந்து.

சங்கடத்துடன், வெளியே காண்பிக்க முடியாத ஆத்திரத்துடன் நிற்கும் மாயாவைப் பார்க்கப் பரிதாபமாக இருந்தது. தலையை நமுநமுவென்று வலித்த சாக்கில், ''தலைவலி மாத்திரை இருந்தால் கொடுக்கறியா மாயா?'' என்றாள்.

''உள்ளே இருக்கிறது. வாருங்கள் தருகிறேன்.'' என்று சட்டென்று முகம் தெளிந்து மாயா சொன்னாள்.

உள்ளே செல்லும்போது மாயா மெல்லிய குரலில், ''எனக்குப் பார்ட்டிகளே பிடிக்காது ஆன்ட்டி அதாவது பெரியவர்களுடைய பார்ட்டி!'' என்றாள்.

''எனக்கும் பிடிக்காது!''

''கையைக் கொடுங்கள்!'' என்று குழந்தைத்தனமாகச் சிரித்து, மாயா அவள் கையைக் குலுக்கினாள்.

'ஒருத்தர் கூட நிஜம் இல்லே ஆன்ட்டி அங்கே!'

நந்தினி பதில் பேசாமல் புன்னகைத்தாள். இந்தப் பெண்ணிற்குள் மிகத் துல்லியமான மனசு இருக்கிறது என்கிற பரிவுடன் அவள் சற்றுப் பொறுத்துச் சொன்னாள். ''நீகூட எனக்கு நிஜமாத் தெரியல்லே. தேவதை மாதிரி இருக்கே!''

மாயாவின் முகத்தில் ஒரு சோர்வு தெரிந்தது. அவளிடம் மாத்திரையை எடுத்துக் கொடுத்துக் குனிந்த பார்வையுடன் சொன்னாள்.

''ஓ, நோ ஆன்ட்டி. நான் ரொம்ப நிஜம். அதுதான் கஷ்டம்!''

குரலில் தொனித்த துக்கம் அடி வயிற்றைச் சங்கடப்படுத்திற்று.

"யார் அது மாயா?"

அப்பொழுதுதான் நந்தினி கவனித்தாள். அரையின் மூலையில் ஜன்னலருகில், அகர்வாலின் அம்மா உட்கார்ந்திருந்தாள். கண் பார்வை தீர்க்கமாக இல்லை என்று புரிந்தது. நந்தினி அவளருகில் சென்று, "நமஸ்தே மாதாஜி நான்தான் மிஸஸ் பிரபு!" என்றாள்.

"பாட்டியிடம் மாட்டிக்கொண்டால் நீங்கள் இன்று வீட்டிற்குக் கிளம்ப முடியாது ஆன்ட்டி!"

"எந்தப் பிரபு? ஜானகி ராமனாதனுடைய பிள்ளையா?"

"ஆமாம்"

"கிட்ட வா!"

மாயா நந்தினியைப் பார்த்துச் சிரித்தாள். "பேசச் சான்ஸ் கிடைத்தால் பாட்டி விடமாட்டாள். மாட்டிக் கொண்டீர்கள். நான் என் அறைக்குப் போகிறேன்." என்றாள் மெள்ள.

கிழவி உன்னிப்பாகப் பார்த்தாள். தனக்குள் சிரித்துக்கொள்பவள் போல் சிரித்தாள். "ஜானகியினுடைய மருமகளைப் பார்க்கணும் என்கிற ஆவல் எனக்கு, ரொம்ப நாளாக. பிரபு கொண்டு வந்து காண்பிக்கவில்லை. நானும் அலகாபாத்துக்குப் போயிட்டேன் இடையிலே. ஜானகியும் நானும் ரொம்ப சிநேகிதம். அடேயப்பா, ஜானகி எப்படி இருப்பாள் தெரியுமோ? ராணி மாதிரி இருப்பாள். அவளுடைய நிர்வாகத் திறமை பிரசித்தம். ஸ்விட்ச் போட்ட மாதிரி, வீட்டிலே டைமுக்குக் காரியம் நடக்கும். ஹோட்டல் மாதிரி வேளாவேளைக்கு மெனு. ஹோட்டல் ஸர்வீஸ், வீட்டிலே மாத்திரம் இல்லே, புருஷனுடைய பிஸினெஸையே அவள்தான் செய்கிறாள் என்று எல்லாரும் சொல்வார்கள்!"

கிழவி மறுபடி சிரித்தாள். "ராமநாதனை ஆட்டிப்படைத்தாள். அப்பொழுதெல்லாம் பிரபு நம் வீட்டுக்கு அடிக்கடி

வருவான். அம்மாமேல அப்படி துவேஷமுள்ள பையனை நான் பார்த்ததில்லை. 'கல்யாணம் எப்போ?'ன்னு கேட்டால், 'அம்மா இருக்கிறவரை கல்யாணம் இல்லை.' என்பான். 'பண்ணிக் கொண்டாலும் அம்மாவுக்கு நேர் விரோதமாக ஒரு பெண்ணைப் பிடிப்பேன். ஏழையாய் - சாதுவாய்' என்பான். 'அப்பத்தான் நீ அவளை ஆட்டி வைக்கலாம்னு பார்க்கறீயா?'ன்னு நான்கூடப் பரிகாசம் பண்ணுவேன்.''

மங்கிய பார்வையுடன் பத்து வருஷம் பின்னோக்கிய லயிப்பில் இருக்கும் அந்தக் கிழவியை நந்தினி திகைப்புடன் பார்த்தாள். 'நீங்கள் ஒரு தீர்க்கதரிசி' என்று சொல்லிக் கும்பிட வேண்டும்போல் இருந்தது. எப்படிப்பட்ட ஆட்டிப்படைத்தல் அது என்று தெரிந்தால் இவளுக்கு ஏதும் அதிர்ச்சி ஏற்படாது என்று தோன்றிற்று.

தன் பேச்சைத் தானே ரசிக்கும் பாவனை கிழவியின் முகத்தில் தெரிந்தது. உற்சாகமாக வார்த்தைகள் உருண்டன. ''ஜானகி இறந்து போயிட்டாள். இப்பொழுது சொன்னால் பாதகமில்லை. ரொம்பத் திமிர் பிடித்தவள். பிரபு உன்னை நன்றாக வைத்துக் கொண்டிருக்கிறானா?''

நந்தினிக்குத் தொண்டை வறண்டது. ''வைத்துக் கொண்டிருக்கிறார்.'' என்றாள் கம்மிய குரலில்.

''நீ சாதுவாகத் தெரிகிறாய். பாவம். எதிலும் நிதானம் வேணும் மகளே. ஆணுக்கானாலும் பெண்ணுக்கானாலும் நிதானம் தவறினால்தான் ஆபத்து. ஒரு வேடிக்கை கேளு. நாலைந்து குழந்தைகள் இருந்தா சொத்துக்குச் சண்டை வருமாம். அதனாலே ஒரு பிள்ளைக்கப்புறம் குழந்தை வேண்டாம் என்று ஜானகி தீர்மானித்துப் புருஷனோடு உறவையே நிறுத்திவிட்டாள். எப்படியிருக்கு? ராமனாதன் அவளுக்குத் தெரியாம வேற ஒருத்தியோட சினேகிதம் வைத்துக் கொண்டார். ஜானகிக்கு விவரம் தெரிந்துபோனதும்

எல்லா வேலைக்காரர்கள் எதிரேயும் அவரை அவமானப்படுத்தினதைப் பார்த்துப் பிரபு என் வீட்டிற்கு வந்துவிட்டான். பதினாறு வயசிருக்கும் அவனுக்கு அப்போது, 'எங்கம்மா ஒரு ராட்சசி!' என்று அவன் அன்று சொன்னது இன்னும் ஞாபகம் இருக்கு."

நந்தினிக்கு ஏதோ சினிமாக் கதை கேட்கிற மாதிரி இருந்தது. சரியான மசாலா சினிமாக் கதை.

"நான் வருகிறேன் மாதாஜி!" என்றாள் மெள்ள.

கிழவி அவள் கையைப் பிடித்துக் கொண்டாள். "திடீர் என்று உன்னைப் பார்த்ததிலே ஜானகியுடைய ஞாபகமெல்லாம் வந்துவிட்டது. இன்னொருத்தர் வீட்டைப் பற்றி ஏதும் சொல்ல எனக்கு அருகதை இல்லை மகளே. மன்னித்துக் கொள். இந்த வர்க்கத்துக்கு ஒரு சாபக்கேடு. பணங்காசுக்குத் குறைவில்லாத நிலையிலே அவனவன் மனசுக்குக் கடிவாளம் போட்டுக்கணும். நியாய தர்மத்தைக்கூட விலைக்கு வாங்கிடலாம் என்கிற திமிர் பிடிச்ச வர்க்கம் இது."

"நான் வருகிறேன் மாதாஜி. பிரபு காத்திருப்பார்."

"நல்ல பெண்ணாய்த் தெரிகிறாய். நன்றாகயிரு..."

மீண்டும் விருந்து நடக்கும் இடத்திற்குப் போய்ச் சேர்ந்தபோது நந்தினியின் உள்ளங்கைகளும் நெற்றியும் வியர்த்திருந்தன.

குடியும் சிரிப்பும் பேச்சுமாகக் கூடம் ஆழ்ந்திருந்தது. அவள் இல்லாததையோ திரும்பி வந்ததையோ யாரும் கவனிக்கவில்லை. நள்ளிரவுக்கு மேல் நீண்டது விருந்து. யார் போதையில் இருக்கிறார்கள். யார் இல்லை என்கிற விவஸ்தைகெட்டதனத்திலிருந்து மீண்டும் வீட்டிற்குத் திரும்பியபோது பிரபு போதையில் இருந்ததை நந்தினி கவனித்தாள்.

அகர்வால் கிழவியின் பேச்சைக் கேட்டதிலிருந்து மனத்தில் ஒரு ஜ்வாலை மூண்டிருந்தது.

யார் மீதோ உள்மனத்தில் படிந்துபோன ஆத்திரத்திற்கு இவன் நம்மைப் பழி வாங்குகிறான்! பிரியம், மனிதாபிமானம், சினேகிதம் என்பதற்கெல்லாம் இவனுக்கு அர்த்தம் தெரியாததற்கு இதுதான் காரணம். இவனுடைய அம்மா எப்படியிருந்தால் எனக்கென்ன வந்தது? அப்பா தொடைநடுங்கியாய் இருந்தால் எனக்கென்ன வந்தது? எனக்கும் இவனது குடும்பத்து வக்கிரங்களுக்கும் என்ன சம்பந்தம்? நான் எதற்காக அவற்றிற்காகச் சிலுவையைச் சுமக்க வேண்டும்?

திமிர் பிடித்த கூட்டம் இது. இவர்களுடைய மனோ விகாரங்களுக்கான வடிகால்களுக்கு ஏமாளிகள் தேவை. பத்மானாபனுக்குச் சியாமளா, அகர்வாலுக்கு மாயா, இவனுக்கு நான்... ஓ காட். இவர்கள் எல்லாம் வியாதிக்காரர்கள். இந்த ஜன்மத்தில் தீரக்கூடிய வியாதி இல்லை இவர்களுக்கு. இந்தக் கூட்டத்தில் ஏமாளியாக எவ்வளவு நாட்கள் உட்கார்ந்திருப்பது?

வீட்டுப் படியேறித் தன் அறைக்குச் செல்லும்போது அவள் தீவிர சிந்தனையில் இருந்தாள். அம்மாவைப் பழி வாங்குவதாக நினைக்கும் இவனுக்குள் இருப்பது வாஸ்வத்தில் அவள் அம்மாவுடைய குணமேதான் என்று இவனுக்குப் புரியுமா? என்று யோசித்தபடி தன்னறைக்குச் செல்லும்போது பிரபு எதிர்பாராமல் அவளை அலாக்காகத் தூக்கிப் படுக்கையறையை நோக்கி நடந்தான். திடீரென்று தோன்றிய அருவருப்பில் அவள் முரண்டாள்.

அவன் அறைக்குள் நுழைந்தபடி அவனுக்கு வழக்கமில்லாத மென்மையோடு சொன்னான். "எனக்குக் குழந்தை வேணும். அந்த மாயா மாதிரி."

ஒரு விநாடி நம்பமுடியாத திகைப்புடன் அவள் அவனைப் பார்த்தாள். "ஐ லவ் கிட்ஸ் யூ நோ!" என்றபடி அவன் நெருங்கியபோது அவள் சரேலென்று விலகி நின்றாள்.

"ஏன், எதுக்கு வேணும் குழந்தை?" என்றாள் நிதானமாக. "உங்களுடைய பிம்பமா ஒண்ணு உருவாகணும்னு ஆசையா உங்களுக்கு? நீங்க எதிர்பார்க்கிற மாதிரி அது இருக்காதுன்னு புரிஞ்சுக்குங்க. உங்களுடைய குணம் அதுக்கும் வரும். தனக்கேற்பட்ட மொத்தத்தையும் ஆத்திரத்தையும் யார் மேலையாவது தீர்த்துக்கொள்ளும். ஆயுசு உள்ளவரை உங்களையும் என்னையும் வெறுக்கும். அந்த மாயாவின் மனசிலே இருக்கிற வெறுப்பு மாதிரி..."

அவன் கோபத்துடன் அவள் அருகில் வந்து அவளது தோளைப் பற்றிக் குலுக்கினான். "ஐ டோண்ட் வான்ட் எனி ஆஃப் யுவர் ப்ளடி லெக்சர்ஸ்! உன்னுடைய லெக்சர் எல்லாம் ஜே.என்.யூவோட நிறுத்திக்கோ! யூ ஆர் மை வைஃப். டாமிட்! குழந்தைக்காகத்தான் கல்யாணம். இல்லேன்னா நீ எதுக்கு? ஒரு நார்மல் சமாசாரத்துக்கு உங்ககிட்டேயிருந்து எனக்கு அனுமதி வேணுமா?"

அவனது முரட்டுப் பிடியில் தளர்ந்துபோனவளாய் அவள் சொன்னாள்.

"இந்த வீட்டிலே நடக்கிற விஷயங்கள் எல்லாம் நார்மலா இல்லாதபோது, நார்மலான சமாசாரங்களை எப்படி நீங்க எதிர்பார்க்கலாம்?"

அவன் பதிலே பேசாமல் அவள் பேச்சைக் காதில் வாங்கிக்கொள்ளாத அலட்சியத்துடன் விளக்கை அணைத்தான். அவளைப் பலவந்தமாகத் தன்னருகில் இழுத்தான்.

"சின்ன விஷயத்தையெல்லாம் பெரிசு பண்ணாதே. என்னை நீ ஜெயிக்க முடியாது" என்றான் மெல்ல, பிறகு தனக்குள் பேசிக் கொள்பவன் போல் முணுமுணுத்தான்.

"அந்தத் தாடிக்காரனோட ஓடத் தீர்மானிச்சாலொழிய நீ ஓடமாட்டே எனக்குத் தெரியும்..."

கா... மினி... ஓடினேன்னா?

***

அத்தியாயம்

15

"முன்னைக்கு இப்ப ரொம்ப மாறிவிட்டீங்க மேம்ஸாப்" என்றாள் சமேலி நந்தினியைப் பார்த்து, மெல்லிய புன்னகையுடன்.

இஸ்திரி போட்டு அவள் கொண்டு வந்த புடவைகளைப் பீரோவில் அடுக்கிக் கொண்டிருந்த நந்தினி லேசான வியப்புடன், "எப்படி?" என்றாள்.

"இப்போ உற்சாகமாக இருக்கீங்க. சிரிக்கிறீங்க."

நந்தினி மௌனமாகப் பீரோக் கதவைச் சாத்தினாள்.

"நீ எப்படியிருக்கே சமேலி?"

"நிம்மதியாயிருக்கேன் மேம்ஸாப். பயமில்லாம இருக்கேன். கல்யாணம் ஆனதும், அந்தப் பாவிகிட்டக் கஷ்டப்பட்டதும் இந்த ஒன்றரை வருஷத்திலே மறந்துகூடப் போய்விட்டேன்."

இவள் வந்து ஒன்றரை வருஷங்கள் ஆகிவிட்டன என்று நம்புவது கஷ்டமாக இருந்தது.

சமேலி இப்பொழுது ஆரோக்கியமாகத் தெரிந்தாள். பழைய பளபளப்பு முகத்தில் கூடிவிட்டது. இவளுடைய கல்யாணத்திற்காகச் செய்த செலவையும், கோட்டைவிட்ட வரதட்சிணையையும் ஹரிராம் மறந்து சமாதானமாகிப் போனவன் போல் தென்பட்டான்.

“இஸ்திரி போடறது லாபமாக இருக்கா சமேலி?”

“லாபமாத்தான் இருக்கு மேம்ஸாப் கொஞ்சம் சேமிக்கக்கூட முடிகிறது. என்னை என்னாலே காப்பாத்திக்க முடியும் என்கிற நம்பிக்கை ஏற்பட்டுவிட்டது.”

“நல்லது. சமேலி. உன் புருஷனை விட்டு நீ திரும்பி வந்தது நல்லதற்குத்தான்.”

சமேலி நிர்மலமாகச் சிரித்தாள். “பின்னே? நான் அதைப் பற்றி நினைச்சுச் சந்தோஷப்படாத நேரமில்லை.”

நந்தினி அவளைச் சட்டென்று கூர்ந்து பார்த்தாள்.

“உன் புருஷன் மேல் உனக்குப் பிரியமே ஏற்படலேன்னு நினைக்கிறேன் சமேலி”

ஒன்றரை வருஷங்களுக்கு முன் புருஷன் பேச்சை ஆரம்பித்ததும் சமேலியின் முகத்தில் தோன்றிய வெறுப்பும் கோபமும் இப்போதும் தோன்றின.

“அதற்கு அவனுக்குத் தகுதி வேண்டாம்? பண்றதெல்லாம் அக்கிரமம், கொடுக்கிறது அடியும் உதையும். எப்படி மேம்ஸாப் எனக்கு அவன்மேல் பிரியம் ஏற்படும்? என்னை ஒரு அடங்காப்பிடாரின்னு எல்லார்கிட்டேயும் இப்பத் தூத்தறானாம்! எப்படியிருக்கு கதை?”

சமேலி சிரித்தாள்.

“அடங்காப்பிடாரியாக இருக்கிறது எனக்கு லாபமாக இருக்கும்போது நான் ஏன் அடங்கி நடக்கணும்? அடங்கி அடங்கி என்னத்தைக் கண்டோம்?”

என்னையும் மனத்தில் வைத்துக்கொண்டு இவள் பேசுகிறாள் என்கிற சம்சயத்துடன் நந்தினி மேற்கொண்டு பேச்சை வளர்த்தாமல் மேஜைக்கு அருகில் சென்று படிக்க உட்கார்ந்தாள்.

"இன்னும் எத்தனை நாளைக்குக் காலேஜுக்குப் போவீங்க மேம்ஸாப்?"

"இன்னும் நாலு மாசம்!"

"அப்புறம் என்ன செய்வீங்க?"

"தெரியல்லே சமேலி. நான் இன்னும் யோசிக்கல்லே!"

சமேலி தயங்கிக்கொண்டு கதவருகில் நின்றாள்.

"ஏதாவது செய்யணும் மேம்ஸாப். சும்மா இருக்கிறது நல்லதில்லே உங்களுக்கு."

இவள் தினமும் இஸ்திரி போடுகையில் நமது பாத்திரத்தன்மையை அலசிக் கொண்டிருக்கிறாளா என்று நந்தினிக்கு வியப்பேற்பட்டது.

"சும்மா இருந்தீங்கன்னா முன்ன மாதிரி ஆயிடுவீங்க சிரிக்கவே மறந்து போய்விடுவீங்க!"

அவள் திடுக்கிட்டு நிமிர்ந்து பார்த்தாள்.

அதிகமாகப் பேசிவிட்டோம் என்று திடீரென்று உணர்ந்தவள் போல் சமேலி, "மன்னிச்சுக்குங்க மேம்ஸாப்!" என்று புன்னகைத்துக் கிளம்பினாள்.

நந்தினிக்கு லேசாக முகம் சிவந்து போயிற்று. தேவைக்கு அதிகமாகச் சமேலிக்கு இடம் கொடுத்துவிட்டோமோ என்று தோன்றிற்று. இந்த ஒன்றரை வருஷத்தில் அவளிடம் சமேலிக்கு ஒரு நெருக்கமும் கூச்சமின்மையும் ஏற்பட்டுப் போயிருப்பதாகப்பட்டது.

அவள் சட்டென்று தன்னைச் சமாளித்துக் கொண்டாள். எஜமானி - வேலைக்காரி என்கிற மெத்தனம் நம்முள் எப்பொழுது புகுந்து கொண்டது என்று வியப்பேற்பட்டது.

இது மெத்தனத்தினால் ஏற்பட்ட உணர்வில்லை என்றும் தோன்றிற்று. யாரையும் இங்கு அந்தரங்கமாக நெருங்கவிடாத தனது சுபாவமான கூச்சம்தான் காரணம் என்று புரிந்தது.

தயானந்திடம் எத்தனையோ சினேகிதமாகப் பழகியும் எந்த அந்தரங்கமான விஷயத்தையும் அவன் பிரஸ்தாபிக்க இடம் கொடுக்காமல் அவள் நடந்துகொள்ளும் சாமார்த்தியத்துக்கு இதுதான் காரணம்.

அவளைப் பார்க்கும் போதும் அவளுடன் பேசும் போதும் அவன் முகத்தில் ஆர்வம் வெளிப்படையாகத் தெரிய ஆரம்பித்திருந்தது. அவளுடன் படிக்கும் எல்லா மாணவர்களுமே அதைக் கவனித்து மிக சகஜமாக ஏற்றுக்கொண்டிருப்பது போல் அவளுக்குப்பட்டது. கல்யாணம் ஆனவள் என்கிற முத்திரையைப் பற்றி யாரும் அதிகம் கவலைப்பட்டதாகத் தெரியவில்லை.

அவள் வெகு ஜாக்கிரதையாக இருக்கக் கற்றுக்கொண்டாள். எப்பொழுதும் ஒரு கும்பலிடையே இருக்கப் பழகிக்கொண்டாள். அவன் அலியாஸ் ஃப்ரான்ஸேயில் நடக்கும் நிகழ்ச்சிகளுக்குக் கூப்பிடும் போதெல்லாம், பிரபுவைப் பற்றிக் குறிப்பிடாமல் ஏதாவது காரணத்தைச் சொல்லித் தப்பித்துக் கொண்டாள்.

நாம் ஏன் இப்படியெல்லாம் நடந்து கொள்கிறோம் என்று அவளுக்கு ஆச்சரியமாக இருந்தது.

என்னைக் கண்டே நான் பயப்படுகிறேனா?

என்னுள் என்னையறியாமல் இருக்கும் பத்தினித்தனமா?

மத்திய வர்க்கத்து ஜன்ம ஜன்மாந்திர மனப்படிமானமா?

“என்னை நீ ஜெயிக்க முடியாது... அந்த தாடிக்காரனோட ஓடத் தீர்மானிச்சாலொழிய... நீ ஓடமாட்டே...”

எத்தனை நிச்சயமாகச் சொன்னான்? இவன் மூக்கை உடைப்பதற்காகவே ஓடினால் என்ன?

டெலிபோன் ஒலித்தது.

அவள் விரைந்தாள் - ‘ஆயுசு முழுவதும் உன்னோடு நான் இருப்பேன் என்று நீ எதிர்பார்க்க உனக்கு என்ன தகுதி இருக்கு?’ என்று வாய்விட்டு அடிக்குரலில் கேட்டபடி...

ரிஸீவரை எடுத்து, "ஹலோ!" என்றாள் கோபம் தணியாத குரலில்.

"நந்தினி. அம்மாவா?" என்றாள் சியாமளாவின் சமையல்காரி ஏகப் படபடப்புத் தொனிக்க...

"ஆமாம். என்ன விசயம்?" என்றாள் நந்தினி.

"நந்தினியம்மா கொஞ்சம் உடனே வர்றீங்களா? அம்மாவுக்கு உடம்பு சரியில்லே. என்னென்னவோ பேசறாங்க. என்ன செய்யறதுன்னு தெரியல்லே. வேற யார் நினைவும் எனக்கு வரல்லே. எனக்கு இந்தியிலேயும் பேச வராது."

"பத்மனாபன் இல்லே?"

"ஐயா ஊரிலே இல்லே. அவங்க இருந்தாலும்..."

"சரி. நான் வரேன்!"

இரவு மணி ஏழாகியிருந்தது. பிரபு அகஸ்மாத்தாய்ச் சீக்கிரம் வந்தானானால் இருக்கட்டும் என்று அவள் தான் வெளியில் செல்லும் விவரத்தை ஒரு சீட்டில் எழுதி அவன் பார்வையில் படும்படியான இடத்தில் வைத்துவிட்டுக் கிளம்பினாள்.

பயப்படும்படியாக என்ன ஆகியிருக்கும் சியாமளாவுக்கு என்று கவலையாக இருந்தது. சியாமளா பார்ட்டிக்கெல்லாம் வருவதை நிறுத்தி ரொம்ப நாளாகிவிட்டிருந்தது. இரண்டு மாதங்களுக்கு முன் அவளைப் பார்க்கச் சென்றபோது அடையாளமே தெரியாமல் முகம் மாறியிருந்தது. உடம்பு மிக அதிகமாக ஊதியிருந்தது. நிச்சயம் இது ஏதோ வியாதி. சாதாரணப் பருமன் இல்லை என்று தோன்றிற்று.

சியாமளா வழக்கம்போல் தன் பருமனைப் பற்றிக் குறைபட்டுக் கொண்டாள். ப்ளட் பிரஷர் உபத்திரவம் அதிகமாகியிருக்கிறது என்றாள். பத்மனாபனைத் திட்டித் தீர்த்தாள். இன்னும் டாக்டரிடம் அழைத்துப் போகவில்லை என்று அழுதாள்.

அவளைப் பார்த்துவிட்டு வந்து இரண்டு மூன்று நாட்களுக்கு மிக மிக வேதனையாக இருந்தது. பத்மனாபனிடம் சொல்ல வேண்டும் என்று மனசு பரபரத்தது.

பிரபுவிடம் அதைப் பற்றிப் பிரஸ்தாபித்த போது, இன்னொருத்தருடைய பர்ஸனல் விஷயங்களிலே நான் தலையிடமாட்டேன். என்னுடைய விஷயத்திலும் மற்றவர் தலையிடுவது எனக்குப் பிடிக்காது'' என்றான்.

சீ... என்ன மனிதர்கள் இவர்கள் என்று அவளுக்கு வெறுத்துப் போயிற்று.

ராம்ஸிங்கைக் காத்திருக்கச் சொல்லிவிட்டு அவள் சியாமளாவின் வீட்டிற்குள் நுழைந்தாள்.

சியாமளா கட்டிலில் அலங்கோலமாகப் படுத்திருந்தாள். சமையல்காரி சங்கரி அழுதுகொண்டு நின்றிருந்தாள்.

நந்தினி சியாமளாவின் அருகில் நின்று மென்மையாக அவள் தோளைப் பற்றி, ''சியாமளா'' என்றாள்.

சியாமளா அலங்க மலங்க விழித்தாள். வெகு தீவிரமாக அவளைப் பார்த்து. ''காமாட்சி, என்னைக் கூட்டிட்டுப் போயிடு. இந்த நரகத்திலிருந்து கூட்டிட்டுப் போயிடு!'' என்றாள்.

''ஓ, இவளுக்கு என்ன ஆகிவிட்டது?'' என்கிற திகிலுடன் நந்தினி சங்கரியைப் பார்த்தாள்.

சங்கரியின் கண்களில் புதிதாக நீர் வழிய ஆரம்பித்தது.

''காமாட்சிங்கறது அவங்க அக்கா. இறந்துபோய்ப் பத்து வருஷம் ஆகுது!'' என்றாள் சங்கரி.

''சியாமளா, நான் நந்தினி வந்திருக்கேன்!''

''ஓ, நந்தினியா? நான் காமாட்சின்னு நினைச்சேன்.'' என்றாள் சியாமளா விட்டத்தைப் பார்த்துக் கொண்டு.

நெற்றியும் உள்ளங்கையும் வியர்த்திருந்தன. மேல் மூச்சு கீழ்மூச்சு வாங்கிற்று.

''சியாமளா, உனக்கு என்ன செய்யறது உடம்பை?''

சியாமளா பதிலே பேசவில்லை. பிறகு திடீரென்று நினைவு வந்தவள்போல் அவள் பக்கம் திரும்பி, ''நிச்சயமாய்ச் சொல்றேன், காமாட்சி. கூட்டிட்டுப் போயிடு, என்னாலே இங்கே அனாதை மாதிரிச் சாக முடியாது. நாம் இப்படியா வளர்ந்தோம். இப்ப எப்படியிருக்கேன் பாரு. ஏன்னு கேட்க ஆளில்லாமல்...'' என்றவள், சட்டென்று முகத்தைத் தன்னுடைய இரு கைகளாலும் மூடிக்கொண்டு குலுங்கக் குலுங்க அழ ஆரம்பித்தாள்.

பிரம்மாண்டமான அந்த உடம்பு மிக மிகப் பலவீனப்பட்டுக் குலுங்குவதைப் பார்க்கக் கண்றாவியாக இருந்தது. நந்தினி கனிவுடன் அவள் தோளைப் பற்றினாள்.

''அழாதே சியாமளா. நான் வந்திருக்கேன் பாரு. அனாதைன்னு நீயா நினைச்சுக்காதே... என்ன உடம்புக்குன்னு சொல்லு.''

சியாமளா பதில் பேசாமல் கைகளையும் விலக்காமல் அழுவதைப் பார்த்த அவள் சமாதானமாக நெற்றியைத் தொட்டாள். அனலாய்க் கொதித்தது. ''நல்ல ஜுரமா இருக்கு?'' என்று டெலிபோனுக்குச் சென்று பிரபுவின் டாக்டருக்குப் போன் செய்து உடனடியாக வரச் சொன்னாள்.

இன்றைக்குச் சியாமளா பத்மனாபனைப் பற்றியே ஏதும் பேசாதது ஆச்சரியமாக இருந்தது. டாக்டர் வரும்வரையில் சங்கரிதான் ரகசியக் குரலில் பத்மனாபனின் அலட்சியப்போக்கையும் மனைவியிடம் தவறிகூடப் பிரியமாகப் பேசாத அகங்காரத்தையும் சொல்லிச் சொல்லிப் புலம்பினாள்.

''இவங்க பிறந்த வீட்டிலே இருபது வருஷமா இருந்தேன். மகா செல்லமாக வளர்ந்தவங்க. சூதுவாதே தெரியாத குழந்தையாகவே இன்னிவரைக்கும் இருக்காங்க.

அதனாலேதான் ஐயாவுடைய போக்கைத் தாங்கிக்க முடியல்லே''

டாக்டர் நல்லவேளையாகச் சீக்கிரம் வந்தார்.

பரிசோதித்து விட்டு, நந்தினியைப் பார்த்துச் சிரித்தார்.

''சோம்பேறிப் பணக்காரக் கூட்டத்தின் வியாதிகள் இவை'' என்றார் ஆங்கிலத்தில். ''ஜுரத்திற்கு மருந்து கொடுக்கிறேன். ப்ளட் பிரஷர் அதிகமாக இருக்கிறது. மற்ற அறிகுறிகளுக்காக வேறு விதமான பரிசோதனைகள் செய்ய வேண்டும். கொஞ்ச நாள் க்ளினிக்கில் அட்மிட் செய்து அப்ஸர்வேஷனில் வைத்திருக்க வேண்டும். பத்மனாபன் வந்ததும் நான் அவரிடம் பேசுகிறேன்.''

''ஏன் கண்டபடி பேசுறாங்க டாக்டர்?''

''அதைத்தான் கவனிக்கணும். ஜுரத்தினாலே இருக்கலாம். மூளையிலே ஏதாவது பாதிப்பு ஏற்பட்டிருக்கலாம். டோன்ட் வொர்ரி சரிசெய்து விடலாம். எப்படியிருக்கிறது ஃப்ரெஞ்செல்லாம்?'' என்றவர், பதிலே எதிர்பார்க்காமல், ''பிரபு சொன்னான். குட்! உங்களுக்கு நல்லது. இல்லையானால் இப்படித்தான் கமலாவை விமலாவா என்று கேட்பீர்கள்!'' என்றார்.

அவர் கிளம்பிச் சென்றதும் ராம்ஸிங்கை மருந்து வாங்கி வரச் சொல்லி, மருந்தைக் கொடுக்கும் விவரங்களைச் சங்கரியிடம் தெரிவித்துவிட்டு அவள் கிளம்பினாள்.

வீட்டிற்குப் போய்ச் சேர்ந்தபோது மணி ஒன்பதடித்து விட்டிருந்தது. பிரபு இன்னும் வந்திருக்கவில்லை. மெல்லிய நிம்மதியுடன் அவள் உடை மாற்றிக்கொள்ளச் சென்றாள்.

அவள் சாப்பிடும்போது ஒரு போஸ்ட் கார்டை அனுசுயா கொண்டு வந்து கொடுத்தாள்.

''லெட்டர் பாக்ஸ்ல்லே கவனிக்காமல் இருந்திருக்கு இது!''

அம்மாவின் கடிதம். அவளிடமிருந்துதான் கார்ட் வரும். கடிதத்தைக் கையில் பிடித்ததுமே ஊரும் மாமரமும் கிணறும் அம்மாவின் கைச் சமையலும் நினைவுக்கு வந்தன.

அம்மா வழக்கமான, "உன்னிடமிருந்து ஏன் கடிதமே இல்லை?" என்கிற பல்லவியைப் பாடி, "நீ சௌக்கியமா, மாப்பிள்ளை சௌக்கியமா?" என்று தொடர்ந்து, "குளித்துக் கொண்டிருக்கிறாயா?" என்று முடித்திருந்தாள்.

இந்தக் கடிதத்தை அனுசுயா படித்திருப்பாளோ என்கிற சந்தேகத்துடன் நந்தினி எழுந்து அறைக்குச் சென்றாள். இன்றைக்கு வழக்கமில்லாத களைப்பு ஏற்பட்டிருந்தது படிக்கத் தோன்றாமல் விளக்கை அணைத்துப் படுத்துக் கொண்டாள். சியாமளாவைப் பற்றின யோசனையில் வெகு நேரத்துக்குத் தூக்கம் வரவில்லை. கிட்டத்தட்ட தூங்கிப் போகிற நேரத்தில் மாடிப்படியில் ஜோடுகளின் சப்தமும் மெல்லிய குரலில் பேச்சும் சிரிப்பும் கேட்டன. ஸெண்ட் வாசனை அறையைத் தாண்டிச் சென்றது.

தூக்கத்தில் டாக்டர் வந்தார். 'இது கமலாவா, விமலாவா?' என்றார். "குளித்துக் கொண்டிருக்கிறாயா?" என்றாள் அம்மா.

***

அத்தியாயம் 16

காலையில் கண் விழித்ததுமே சியாமளாவின் நினைவு வந்தது. நந்தினி உடனடியாக டெலிபோன் செய்தாள்.

"அம்மாவுக்கு உடம்பு எப்படி இருக்கு சங்கரி?" என்றாள்.

"இப்ப ஜூரம் குறைஞ்சிருக்கு. ஆனால் பேச்சு சரியா இல்லை இன்னும். ஐயா மத்தியானம் வந்திடுவாங்க. அதுக்கப்புறம் அவங்க கவலை."

"உன்னளவுகூட அவர் கவலைப்பட மாட்டார்" என்று நினைத்தபடி போனை வைத்துவிட்டு அவள் பல் துலக்கச் சென்றாள்.

மேஜை மேல் அம்மாவின் கார்டு இருந்தது. 'குளிச்சிட்டிருக்கியா?' என்ற வார்த்தைகள் அழுத்தமாகத் தெரிந்தன.

பக்கத்து அறையில் ஷவரின் சப்தமும் ரெக்கார்ட் பிளேயரில் பர்வீன் சுல்தானாவின் கஜலும் கேட்டன.

கார்டில் அந்த வார்த்தைகள் மறுபடி கண்ணில் பட்டதும் அவளுக்குச் சிரிப்பு வந்தது.

அம்மாவுக்கு இந்த உலகத்தைப் பற்றித் தெரியாது. இங்கிருக்கும் ஜனங்களின் அலமாரிகளை யாரும் திறப்பதில்லை. திறந்தால் உளுத்துப் போன மண்டையோடுதான் மேலே விழும்

என்று எல்லோருக்கும் தெரியும். ஆன்மா செத்துப்போன பைசாச உலகம் இது. இங்கே புதிய ஜனனத்துக்கு இடமில்லை. ஜனிப்பதெல்லாம் பைசாசமாகப் போனால் ஜனனம் எதற்கு?

"எனக்கு ஒரு குழந்தை வேணும் - மாயா மாதிரி."

எதற்கு?

அவள் புதிய ஆக்ரோஷத்துடன் தன் உருவத்தைக் கண்ணாடியில் பார்த்தாள்.

உன்னுடைய திமிரை அதற்குள் செலுத்தவா? உன்னை வெறுக்கும் குழந்தை உன்னைப் போலவே வளரும் ஆச்சரியத்தைப் பற்றி உனக்குத் தெரியுமா?

உன் குணங்களோடு, உன்னைப் பழி வாங்குவதற்கான சில புதிய வக்கிரங்களும் அதற்குப் போய் சேரும்!

அவள் அவசரமாகக் குளித்து அலங்கரித்துக் கொண்டு கீழே இறங்கியபோது, பிரபு காலை ஆகாரத்துக்கு உட்கார்ந்திருந்தான்.

இரவு அவ்வளவு நேரம் கழித்துப் படுக்கச் சென்றும் இவ்வளவு சீக்கிரம் இவன் காலையில் எப்படித் தயாராகிறான் என்று அவளுக்கு ஆச்சரியமேற்பட்டது.

வழக்கமான வெட்கமில்லாத உற்சாகத்துடன் அவன், "ஹல்லோ!" என்றான்.

"ஏன் என்னவோ மாதிரி இருக்கே?" என்றான் அவன். சிரிப்பிலும் பார்வையிலும் பரிகாசம் தெரிந்தது.

"சியாமளாவுக்கு உடம்பு அவ்வளவு மோசமா இருக்கா என்ன?"

டாக்டரோ ராம்ஸிங்கோ விவரம் சொல்லியிருக்க வேண்டும் என்கிற அனுமானத்துடன், "உங்க டாக்டர் என்ன சொல்றார்?" என்றாள்.

அவன் ஒரு வினாடி கூர்ந்து பார்த்துச் சிரித்தான். "ஸ்மார்ட். ஆர்ன்ட் யூ?" என்றான். "உடம்புக் கோளாறை விட மனக்கோளாறு அதிகம்னு சொல்றார்."

"இந்த டயக்னாஸிஸ்னஸ் நானே சொல்வேனே?"

அவன் சட்டென்று அவளை நிமிர்ந்து பார்த்தான். "நீதான் ஸ்மார்ட்னு சொன்னேனே? பத்மனாபன் ஒரு முட்டாள். பண மூட்டையைத்தான் பார்த்தான். அதுக்குப்பின்னாடி என்ன இருக்குன்னு பார்க்கல்லே?"

"பணத்தைப் பார்க்கிறவனுக்கு வேற என்ன கண்ணுலே படும்?"

அவன் மீண்டும் பரிகாசப் பார்வையுடன் சிரித்தான். "நான் அதுக்குத்தான் உன்னைப் பார்க்க வந்தபோது அந்தப் பக்கமே திரும்பல்லே!"

அகர்வாலின் அம்மா சொன்னது நினைவுக்கு வந்ததில் அவள் பேசாமல் இருந்தாள். பிறகு மெல்லிய குரலில் சொன்னாள். "நீங்க ஒரு ஆர்கனைஸ்ட் ஏமாத்துக்காரன்னு எனக்குத் தெரியும்!"

அவன் பெரிய ஹாஸ்யத்தைக் கேட்டாற்போல் சிரித்தான். "நான் ஒரு பிஸினெஸ் மேன். ஞாபகம் வெச்சுக்க" என்றான். பிறகு குரலைத் தாழ்த்தி. "உங்கம்மாவுக்கு என்ன பதில் எழுதப்போறே?" என்றான்.

அவள் தூக்கி வாரிப்போட்டு அவனைப் பார்த்தாள். இவனுக்கு எத்தனை கண்கள், எத்தனை காதுகள் என்று திகைப்பேற்பட்டது. அவள் குளிக்கும்போது அறைக்குள் நுழைந்து இவன் கடிதத்தைப் படித்திருக்க வேண்டும் என்று தோன்றிற்று.

இவனால் எப்படி ஒரு சராசரிக் கணவனைப்போல், சராசரி தாம்பத்ய வாழ்வு வாழ்கிறவனைப் போல் சிரிப்பும் பரிகாசமுமாகப் பேச முடிகிறது என்று ஆச்சரியமேற்பட்டது.

இவனுடைய வக்கிரப் பழக்கங்களும் மனோ வியாதிகளும் இவனுள் எந்தப் பாதிப்பையும் ஏற்படுத்துவதில்லையா? அவற்றைப் பற்றின பிரக்ஞை இருக்கிறதா இவனுக்கு? அந்த வக்கிரங்களே இயல்பானவை என்று இவன் நினைக்கிறான். அவன் பழகும் சமூக வட்டத்தில் எந்த இயற்கைக்கு விரோதமான அநாகரிகமான செயலும் நியாயமானதுதான் என்கிற எண்ணத்தில் வளர்ந்திருக்கிறான்.

"நான் உன்னை ஒரு கேள்வி கேட்டேன். ஒரு சின்னக் கேள்விக்கு இத்தனை யோசிக்கறியே தாடிக்காரன் கேக்கற கேள்விக்கும் இப்படித்தான் நிப்பியா?"

தன்னுள் ஏற்பட்ட எரிச்சலை அடக்கிக்கொண்டு அவள் சொன்னாள். "அம்மா கேட்ட கேள்விக்கு 'ஆமாம்'னு பதில் எழுதப் போறேன்..."

"இல்லைன்னு எப்ப எழுதப் போறே?"

அவள் தலையைக் குனிந்து கொண்டு சொன்னாள் மெல்ல. "அப்படி ஒரு சந்தர்ப்பம் வராது."

"ஏன்?"

அவள் நிமிர்ந்து அவனைத் தீர்க்கமாகப் பார்த்தாள். ஏன்னா, இங்கே குளிக்க வசதியிருக்கு!

அவன் சரேலென்று கோபத்துடன் எழுந்தான். "ரொம்பச் சாமார்த்தியமா இருக்கப் பார்க்காதே! ஒரு தோட்டக்காரனுடைய பொண்ணு செய்யறதையெல்லாம் நீ செய்ய முடியாது தெரியுமா?"

அவன் குரலிலும் பார்வையிலும் இருந்த குரூரம் அடிவயிற்றில் ஒரு ஜில்லிப்பை ஏற்படுத்திற்று.

அவன் விறுக்கென்று எழுந்து அவளுடன் மேற்கொண்டு எதுவும் பேசாமல் தன்னுடைய ஆபீஸ் ஃபைலை எடுத்து வைத்துக்கொண்டு சோபாவில் அமர்ந்தான்.

தனக்கும் அவனுக்குமிடையே இருக்கும் வினோத உறவின் லட்சணத்தில் ஒரு குழந்தை பிறந்தால் அது எந்த மாதிரி வளரும் என்று அவள் ஒரு வினாடி கற்பனை செய்து அது பயங்கரமாகத் தோன்றச் சட்டென்று எண்ணத்தை விரட்டினாள்.

போர்ச்சில் ஓர் அம்பாஸிட்டர் கார் வந்து நின்றது. பிரபுவைப் பார்க்க யாரோ வந்திருக்கிறார்கள் என்று அவள் கிளம்ப எத்தனிக்கையில் காரிலிருந்து ரேகா அகர்வால் இறங்குவது தெரிந்தது. இந்த வேளையில் இவள் எதற்கு வருகிறாள் என்று யோசிக்கும் முன் அவள் தோற்றத்தைக் கண்டு திகைப்பேற்பட்டது.

வழக்கமான அலங்காரமோ பூச்சோ இல்லாமல் ரேகாவின் முகம் பயங்கரமாக இருந்தது. அழுதிருப்பாள் போலத் தோன்றிற்று. குட்டைத் தலை மயிர் சரியாக வாரப்படாமல் யாரோ கோபத்துடன் உசுப்பிவிட்டார் போல் இருந்தது.

வழக்கமான உற்சாகத்துடன் வரவேற்க எழுந்த பிரபு ஏதோ கோளாறு என்று நினைத்தவன் போல் பேசாமல் நின்றான்.

நந்தினி விரைந்து ரேகாவின் கையைப் பற்றி வரவேற்றாள்.

ரேகா ஸோபா வரை மௌனமாகச் சென்று உட்கார்ந்ததும் தன்னைக் கட்டுப்படுத்திக்கொள்ள இயலாதவளாய் அழ ஆரம்பித்தாள்.

பிரபு அவளருகில் உட்கார்ந்து அவள் தோளைப் பற்றி, "என்ன ரேகா, என்ன சமாசாரம்?" என்றான் கனிவுடன்.

ரேகா அவன் தோளில் முகத்தைப் புதைத்து விசித்து விசித்து அழ ஆரம்பித்தாள்.

நந்தினிக்கு எரிச்சல் ஏற்பட்டது. இவளுக்குத் துக்கத்திலும் ஓர் ஆணின் தோள்கள்தான் வேண்டும்போலும் என்று ஆத்திரம் வந்தது.

பிரபு ரேகாவை மெள்ள விடுவித்து நிமிர்த்தி உட்கார வைத்தான். "சொல்லு. என்ன விஷயம் அகர்வாலுக்கோ மாயாவுக்கோ உடம்பு சரியில்லையா?"

"அதெல்லாம் ஒன்றுமில்லை. இதைப்பார்."

அவள் கன்னங்களையும் கழுத்தையும் காண்பித்தாள். கீறல்களும் மெலிதான ரத்தக் கறைகளும் தெரிந்தன.

"என்ன இதெல்லாம்? எப்படி இப்படிக் காயம் ஆயிற்று?"

ரேகாவுக்கும் துக்கம் துருத்திக் கொண்டு வந்தது. "மாயா செய்தாள் பிரபு!"

நந்தினிக்குத் தூக்கிவாரிப் போட்டது.

"என்ன சொல்கிறீர்கள் ரேகா! அத்தனை சாதுவான பெண்ணா?"

ரேகா குரோதத்துடன் அவளைப் பார்த்தாள். "இப்பொழுது வந்து பார் நீங்கள் எல்லோரும் தூக்கி வைத்துத்தான் இப்படி ஆகிவிட்டாள். எத்தனை பதிலுக்குப் பதில் பேசுகிறாள்! கத்துகிறாள்!"

நந்தினி திகைப்புடன் பார்த்தாள். மாயாவா? நிச்சயமாக அவளாக இப்படி நடந்து கொண்டிருக்க மாட்டாள் என்று தோன்றிற்று. எத்தனை சமர்த்துப் பெண் அவள்! "என்னாலே நம்ப முடியல்லே ரேகா!"

"நீயே வந்து பார். உன்னையும் பிரபுவையும் அழைத்துக் கொண்டு போகத்தான் வந்தேன் ஓர் அரை மணி நேரம் எனக்காக வந்து அவளுக்குப் புத்தி சொல்லிவிட்டுப் போங்கள்."

"இப்பொழுதா?" என்றாள் நந்தினி வியப்புடன். ரேகா மகா குழந்தைத்தனமாக நடந்துகொள்வதாகத் தோன்றிற்று. "அவளே சமாதானமாகிப் போகட்டும் ரேகா! நாங்கள் வந்தால் விபரீதமாகப் போகும்!"

"நீ வந்து அவளுக்குப் புத்தி சொல்லு. அகர்வால் எங்கோ கிளம்பிப் போய்விட்டார். என்னுடைய மாமியார் கண்தான் தெரியவில்லை என்றாலும் காதையும் பொத்திக் கொண்டு உட்கார்ந்திருக்கிறார். மாயா அவருக்குச் செல்லம்!"

"வாட் வாஸ் தி ப்ராவகேஷன்? காரணமில்லாமல் ஒரு குழந்தை அப்படிச் செய்வாளா? நீ ஏதாவது கோபித்துக் கொண்டாயா?" என்றான் பிரபு.

"குழந்தை என்று நீ நினைத்துக் கொண்டிருக்கிறாய். அவள் குட்டிப் பிசாசாகப் போய்விட்டாள் நீ வந்து அவளுக்குப் புத்தி சொல்லு. அரை மணி நேரம் வந்து பார்த்துவிட்டுப் போங்கள்!"

இவளுடைய பிடிவாதம் ரொம்பப் பைத்தியக்காரத்தனமாகப் தோன்றினாலும் பிரபு எழுந்திருத்து, "சரி. வா கொஞ்ச நேரத்துக்கு" என்று கிளம்பியதால், நந்தினி வேறு வழியில்லாமல் கிளம்பினாள்.

அவளும் பிரபுவும் தங்கள் வண்டியில் ரேகாவைத் தொடர்ந்தபோது அவள் பிரபுவிடம் மெல்லிய குரலில் சொன்னாள். "மாயா மேல் தப்பிருக்கும்னு தோணல்லே. ரொம்ப ஸென்ஸிடிவ் பெண் அவள். ரேகாவுடைய போக்குப் பிடிக்காமல் உள்ளுக்குள்ளேயே அவள் துக்கப்படறது எனக்குத் தெரியும். என்ன காரணத்துக்காக இன்னிக்குத் தன் கோபத்தை இப்படி வெளிப்படுத்தியிருக்கான்னு தெரியல்லே."

"அதைத் தெரிஞ்சுக்கத்தான் போறோம்."

"அதுக்கு அவசரமில்லேன்னு நான் நினைக்கிறேன். ரொம்பக் கூச்சப்படுகிற பெண் அது. ரேகா மாதிரி இல்லே. நாம் போனோம்னா அவங்க குடும்ப விஷயத்திலே தலையிடறோம்னு நினைக்கும். அவமானம்னு நினைக்கலாம். நம்ம மேலே கோபம் ஏற்படலாம்."

அவன் அவளைப் பார்த்துச் சிநேகிதமாகச் சிரித்தான். "நீ அனாவசியமாகக் கவலைப்படறே. மாயா இஸ் எ வெரி ஸ்வீட் கிட். அந்த மாதிரியெல்லாம் நினைச்சுக்க மாட்டாள்!"

"யூ ஆர் ராங்" என்றாள் அவள். "ரேகா ஒரு திமிர் பிடிச்ச முட்டாள். ஒரு தாயாக இருக்க லாயக்கில்லாதவள். அவ பேச்சைக் கேட்டு நாம இப்பப் போறது சரியில்லே."

இஷ்டமில்லாமலே பிரபுவுடன் ரேகாவின் வீட்டிற்குள் நுழைந்தாள்.

மாயா தன் அறையில் கதவைத் தாழ்போட்டுக் கொண்டு உட்கார்ந்திருந்தாள். "நந்தினி ஆன்ட்டி வந்திருக்கிறேன்!" என்று பலமுறை சொன்ன பிறகு கதவைத் திறந்தாள்.

அவளையும் பிரபுவையும் சேர்த்துப் பார்த்துத் திடுக்கிட்டவளாய் வழக்கமான புன்னகையைக்கூடக் காட்டத் தோன்றாமல் நின்றாள். வெகு நேரம் அழுதாற்போல் முகம் சோகப் போர்வை போர்த்தியிருந்தது.

நந்தினி மென்மையாகப் புன்னகைத்து, "ஹலோ, மாயா! எப்படியிருக்கே?" என்று தோளைப் பற்றினாள்.

மாயாவின் கண்களில் நீர் நிறைந்து போயிற்று. சட்டென்று முகத்தைத் திருப்பிக் கொண்டாள். "அம்மா உங்களைக் கூப்பிட்டனுப்பினாங்களா ஆன்ட்டி வாட் எ ஷேம்!" என்றாள்.

"இல்லையே?" நந்தினி மழுப்பப் பார்த்தாள்.

"எனக்குத் தெரியும் ஆன்ட்டி. அம்மாவுக்கு மான அவமான உணர்வே கிடையாது!" என்றாள் மாயா.

நந்தினி மிருதுவாகச் சொன்னாள். "என்னை உன் சிநேகிதியாக எடுத்துக் கொள். உதவ நான் இருக்கிறேன்."

மாயா உடைந்து போனவளாய் நந்தினி மார்பில் முகத்தைப் புதைத்து விசித்து விசித்து அழுதாள்.

பிரபுவின் முகத்தில் தெரிந்த பச்சாதாபத்தையும் வருத்தத்தையும் பார்த்து நந்தினிக்கு வியப்பேற்பட்டது.

அவன் அருகில் வந்து மாயாவின் முதுகை மென்மையாக வருடினான். "அழாதே. என்ன நடந்தது சொல்."

அவள் சொல்லக் கூச்சப்பட்டுக் கொண்டு மௌனமாக இருந்தாள்.

பிறகு மெல்லச் சொன்னாள்: "அம்மா நடந்துக்கிறது எனக்குப் பிடிக்கல்லே. அப்பா இருக்கிற விதமும் பிடிக்கல்லே. சோப்ரா அங்கிள்கிட்டே அம்மா பழகற விதம் நன்றாக இல்லை. எனக்கு அவமானமாக இருக்கு என்று சொன்னேன். நான் ஜாமெட்ரி கணக்குப் பண்ணிக் கொண்டிருந்தேன். கையில் காம்பஸ் இருந்தது. அம்மா ரொம்பக் கோபத்தோடு என்னை அடிக்க ஆரம்பித்தாள். எனக்கு வலி தாங்காமல் தடுத்துக்கொள்கிற சமயத்தில் என் கையிலிருந்த காம்பஸ் அவள் முகத்தில் கீறிவிட்டது. ரத்தம் வந்தது. நான் பயந்துபோய் காம்பஸ்ஸைக் கீழே போட்டேன். அம்மா காளி மாதிரிக் கத்தினாள். என்னைப்பத்தி ஊரெல்லாம் சொல்லப் போவதாகச் சொன்னாள்."

மாயா சற்று நிறுத்தி நந்தினியைப் பார்த்தாள். "ஆன்ட்டி, சொல்லுங்கள். எனக்கு அம்மாதானா இவள்? எனக்குச் சாப்பாடு போட்டு, பொம்மைக்கு டிரெஸ் போடுகிற மாதிரித் துணி வாங்கிக் கொடுத்துவிட்டால் போதும் என்று நினைக்கிறாளா? இது வீடில்லே. இங்கே குடும்பமில்லே. எல்லோரும் தனித்தனி ஆட்கள். வொய் தி ஹெல் டிட் ஷி கிவ் பர்த் டு மீ? அந்தக் கிளினிக்குக்குப் போய் ரெகுலரா கலைச்சுக்கற மாதிரி என்னையும் கலைச்சிருக்கலாமே?"

அந்தக் குரலிலும் பார்வையிலும் இருந்த துக்கத்தைக் கண்டு நந்தினி அதிர்ந்து போனாள். "மாயா, அப்படியெல்லாம் சொல்லாதே!"

மாயா மறுபடியும் அழ ஆரம்பித்தாள். "இந்த வீட்டை வெறுக்கிறேன். இந்த வாழ்க்கையை வெறுக்கிறேன்!"

***

அத்தியாயம்

17

"ஏன் என்னவோ மாதிரி இருக்கே நந்தினி?"

அவள் திடுக்கிட்டுச் சுய நினைவுக்கு வந்து நிமிர்ந்தாள். எதிரில் தயானந்த் நின்றிருந்தான். கொஞ்ச நாட்களாகப் பேச்சு ஒருமையில் மாறியிருந்தது நெருக்கத்தைக் காண்பித்தது.

வகுப்புக் காலியாகி விட்டிருந்ததை அவள் அப்பொழுதுதான் கவனித்தாள். "இன்னிக்கு மனசு சரியில்லே!" அவள் சற்றுத் தயங்கி மாயாவைப் பற்றித் தானாகவே சொன்னாள்.

மௌனமாகக் கேட்டுவிட்டு, "ரொம்ப அபூர்வமான குழந்தையாக இருக்க வேண்டும்!" என்றான் அவன். "சாதாரணமாக அந்த வர்க்கத்துக் குழந்தைகளுக்குப் பிறக்கும்போதே ஒரு தடித்தனம் இருக்கும். பத்து வயது ஆவதற்குள் யாரைப் பற்றியும் நினைத்துப் பார்க்காத ஒரு சுய சிந்தனை வந்துவிடும்."

அவளுக்கு அடிவயிற்றில் ஒரு ஜில்லிப்பு ஏற்பட்டது.

அவன் அவளுடைய பயத்தை உணர்ந்தவன்போல் அவசரமாகத் தொடர்ந்தான்.

"நான் பொதுவாகச் சொல்கிறேன். ஆனால் உன் குழந்தை அப்படியிருக்காது!"

அவள் திடுக்கிட்டு அவனைப் பார்த்தாள்.

அவன் விகல்பமில்லாமல் சிரித்தான்.

"ஏன் என்றால் நீ வித்தியாசமானவள்!"

அவள் தலையைக் குனிந்து கொண்டாள். குபீரென்று அடி வயிற்றிலிருந்து ஒரு துக்கம் கிளம்பி நெஞ்சை அடைத்துக் கண்களிலிருந்து பிரவாகமாய் நீர் பெருக ஆரம்பித்தது. பிரக்ஞையோடு அடக்க முயன்றும் அடக்க முடியாமல், வெகு நாட்களாக வெளிப்படாத தாபங்களும், காரணங்களும் சம்பவங்களும், சங்கமித்து இனி எங்களை அடக்குவது அசாத்தியம் என்பதுபோல் கண்ணீராய்ப் பெருகின. இத்தனை நாட்கள் இவன் முன் போர்த்திய போர்வை சரேலென்று கிழிக்கப்பட்டதுபோல் அவள் தற்காப்பிழந்து நின்றாள்.

அவளது உணர்ச்சிப் பெருக்கை எதிர்பார்க்காமல் திடுக்கிட்ட அவன் அவளது தோளைத் தட்டிச் சமாதானமாகச் சொன்னான்.

"நந்தினி, ப்ளீஸ். நிதானப்படுத்திக் கொள். ஸாரி, உன் அந்தரங்க விஷயங்களை நான் தொட்டிருக்கக் கூடாது."

அவன் குரல் மிருதுவாக இருந்தது. உண்மையான வருத்தம் தொனித்தது. கண்களில் தோழமை தெரிந்தது. இத்தனை நாட்கள் பாதுகாத்து வந்த கம்பீரத்தை இழந்து இவன் எதிரில் அழுத பின் இவன் சினேகிதத்தை ஏற்றால்தான் என்ன என்று மனசு நெகிழ்ந்து போயிற்று.

அவள் மெல்லத் தன்னைச் சமாளித்துக் கொண்டு குனிந்த தலை நிமிராமல் சொன்னாள். "எனக்குக் குழந்தை வேண்டாம் தயானந்த். எந்த அசட்டு ஆசையும் எனக்குக் கிடையாது. என்னைச் சுற்றித் தீ இருக்கிறது. அதன் ஜுவாலையில் நான் ஒவ்வொரு நிமிஷமும் வெந்து கொண்டிருக்கிறேன். எனக்குக் குழந்தை பிறந்தால், அதனுள் ஜீவன் இருக்காது. கருகிப் போய்விடும் அந்த அக்னியில்...!"

அவன் வெகு நேரம் ஆழ்ந்த யோசனையில் இருந்தான். பிறகு அவளைப் பார்த்து, அவள் எங்கே தப்பாக எடுத்துக்கொள்வாளோ என்று பயந்தவனாய்த் தனது வலது கையை நீட்டி விரல்களைப் பிரித்தபடி வைத்து, நிதானமாகச் சொன்னான். "தெரியாத்தனமாய் இந்தக் கையை நெருப்பிலே வைத்தேன் என்றால் என்ன செய்வேன் தெரியுமா? உடனே கையை வெளியிலே எடுப்பேன்!"

அவள் விரக்தியுடன் புன்னகைத்தாள். "நான் ஒரு பைத்தியக்காரத்தனமான "மியூஸிகல் சேர்" விளையாடிக் கொண்டிருக்கிறேன். என்னைக் காப்பாற்றிக் கொள்வதற்காக ரொம்ப சாமார்த்தியமாகச் சுற்றிச் சுற்றி வருகிறேன். எப்படி வெளியில் வருவது என்று புரியவில்லை. வெளியில் வந்தால் தோற்றுப் போனேன் என்று அர்த்தம்!"

அவன் சிரித்தான். "உள்ளே இருந்தால் ஜெயித்தாய் என்று அர்த்தமா?"

அவள் பதில் சொல்லாமல் தலையைக் குனிந்து கொண்டாள். இன்றைக்கு மனசு ஏன் இப்படிக் கலங்கியிருக்கிறது என்று புரியவில்லை.

அவளுடைய கையை அவன் கனிவுடன் பற்றினான். "இப்பொழுது இருக்கும் வட்டத்தில் நீ ஒரு 'மிஸ்ஃபிட்' நந்தினி. மேல் வர்க்கத்து அடாவடித்தனமும் இல்லை. கீழ் வர்க்கத்து யதார்த்தமும் இல்லை. மத்திய வர்க்கத்துப் பயங்கள் இன்னமும் உன்னுள் இருக்கிறது. நீ தோல்வி என்று நினைத்தால் தோல்வி. வெற்றி என்று நினைத்தால் வெற்றி."

அவள் குழப்பத்துடன் அவனைப் பார்த்தாள். அவன் மிருதுவாகத் தொடர்ந்தான். "பாதி நேரம் நாம் முடிவெடுக்கவே சோம்பல் படுகிறோம் நந்தினி. உலக சரித்திரத்தில் நிகழ்ந்திருக்கும் தோல்விகளுக்கெல்லாம் இந்தச் சோம்பல்தான் காரணம்"

அவனுடைய வார்த்தைகளும் அண்மையும் மனத்துக்கு இதமாக இருந்தன. இவன் எந்த நிலையிலும் நிதானத்தை இழக்காதவன், அத்துமீறாதவன் என்று தோன்றிற்று.

அடுத்த வகுப்புக்கு நேரமாகிவிட்டது என்கிற உணர்வில் அவன் எழுந்தான். "சியர் அப் நந்தினி தைரியமாய் இரு. நான் உன்னுடையே சிநேகிதன். ஞாபகம் வைத்துக் கொள்!" என்று அவளுடைய கையைக் குலுக்கிவிட்டுச் சென்றான்.

வகுப்பு முடிந்து வீட்டிற்குத் திரும்பியபோது பிரபுவின் கார் வந்து விட்டிருந்தை அவள் வியப்புடன் கவனித்தாள்.

"ஸாஹப் வந்து விட்டாரா?" என்றாள் டிரைவரிடம்.

"வந்து விட்டார்." என்றான் அவன் சுருக்கமாக.

அறைக்குச் சென்று உடுப்பை மாற்றி முகத்தைக் கழுவிக்கொண்டு அவள் மெள்ளப் பிரபுவின் அறைக் கதவைத்தட்டி உள்ளே சென்றாள்.

கட்டிலுக்குப் பக்கத்தில் இருந்த சாய்வு நாற்காலியில் முகத்துக்குக் குறுக்காக ஒரு கையைப் போட்டு அவன் கண்ணை மூடியபடி அமர்ந்திருந்தான்.

"பிரபு!" என்றாள் அவள் மெள்ள.

அவன் சட்டென்று கையை விலக்கிக் கண்ணைத் திறந்தான். முகத்தில் மிதமிஞ்சிய சோர்வு தெரிந்தது.

"உடம்பு சரியில்லையா பிரபு" என்றாள்.

"எனக்கொண்ணுமில்லே."

"இஸ் எனிதிங் ராங்?"

அவன் அவளை மிக ஆழமான சோகத்துடன் பார்த்தான். "மாயா தற்கொலை செய்துகொண்டு விட்டாள்!"

"நோ!" அவள் அலறினாள். விழிகள் பிதுங்கிப் போயின. "எப்படி? காலையிலேதானே பார்த்தோம்?"

‘‘நாலு மணிக்குச் செத்துப் போயிருக்கிறதைக் கண்டுபிடிச்சாங்களாம். பாட்டிக்குக் கொடுக்கிற தூக்க மாத்திரைப் பாட்டில் ஒண்ணைக் காலி செய்திருக்கிறாள்.’’

‘‘ஆஸ்பத்திரிக்கு எடுத்துப் போகலியா?’’

அவன் உதட்டைப் பிதுக்கினான். ‘‘அத்தனை சாதுப் பெண்ணுக்கு அத்தனை யோசனைத் திறன் இருக்குமான்னு ஆச்சரியமாயிருக்கு. தூக்க மாத்திரையைப் போட்டுக்கொண்டு நீச்சல் குளத்திலே இறங்கியிருக்காள். யாருக்குமே தெரியல்லே’’

‘‘ரேகாவும் கவனிக்கல்லியா?’’

அவன் வெறுப்புடன் சிரித்தான். ‘‘கவனிக்கிறவளா இருந்தா மாயா செத்திருக்க மாட்டாள்!’’

‘‘ஓ, நாம் இன்னிக்கு மாயாவைப் பார்க்கப் போயிருக்கக் கூடாது. எதையும் கிளறாம விட்டிருந்தால் விபரீதம் ஏற்பட்டிருக்காது.’’

அவளுக்கு நினைக்க நினைக்கத் தாங்கவில்லை.

அவர்கள் கிளம்பும்போது, ‘‘நான் இந்த வீட்டை வெறுக்கிறேன்’’ என்று மாயா அழுதது நினைவுக்கு வந்தது. இன்றைக்கு ஏற்கனவே பலவீனப்பட்டுப் போயிருந்த மன நிலையில் கண்களிலிருந்து நீர் பெருக்கெடுத்தது.

திடீரென்று பிரபுவின் அணைப்பில் தான் இருப்பதை அவள் உணர்ந்தாள்.

அவன் அவள் முதுகை வருடி, ‘‘எனக்கும் தாங்கல்லை நந்தினி!’’ என்றான். ‘‘ஐ லைக் தட் கிட்!’’

கண்களில் பரிகாசம் இல்லாமல் வார்த்தைகளில் குதர்க்கமும் எகத்தாளமும் இல்லாமல் ஆழமான மென்மையான உணர்வுகளைக் கூச்சமில்லாமல் அவள் முன் காட்டும் இவன் யாரோ அன்னியன் என்று தோன்றிற்று. இன்றைக்கு இவனுடைய ஸ்பரிசம் வினோதமான உணர்வை ஏற்படுத்திற்று.

"அகர்வால் வீட்டுக்கு விசாரிக்கப் போகலாம் வா. நான் உனக்காகத்தான் காத்திருந்தேன்!" என்ற அவனுடன் அவள் வியப்புடன் கிளம்பினாள்.

அகர்வால் வீட்டில் ஏகக் கும்பல் இருந்தது. மாயாவின் சடலத்தைப் போஸ்ட்மார்ட்டத்துக்கு அனுப்பியிருந்தார்கள்.

எப்பவும் அட்டகாசமாக வளைய வரும் அகர்வால் குழந்தையைப் போல் அழுது கொண்டிருந்தார். ரேகா அவளைப் பார்த்துவிட்டு எதையும் பேசாமல் தலையைக் குனிந்து கொண்டாள்.

'இவள் என் அம்மாதானா? என்னை ஏன் பெற்றாள்; கருவிலேயே கலைத்திருப்பதுதானே?'

அந்த மயான சூழலில் மாயாவின் ஆக்ரோஷமும் துக்கமும் புகைமூட்டமாகச் சூழ்ந்தது போல் பிரமையேற்பட்டது. ரேகாவைப் பார்க்கப் பார்க்க ஆத்திரம் கிளம்பிற்று.

"உன் பெண் பழி தீர்த்துக் கொண்டு விட்டாள். இதை என்றைக்காவது நீ புரிந்து கொள்வாயா? திருந்துவாயா?"

திடீரென்று மனத்தில் வெறுப்பு மிதமிஞ்சிப் போயிற்று. வயிற்றைச் சங்கடப்படுத்திக் கொண்டு கண்களை இருட்டிற்று. அவள் எழுந்து வெளியில் வந்தாள். உள்ளே மூச்சடைத்துப் போனாற்போல் இருந்தது. வெளியில் பத்மனாபன் நின்றிருந்தார். இவர் இன்னொரு ஃப்ராட் என்று கோபம் வந்தது.

"நீங்கள் எல்லாரும் கொலைகாரர்கள் கோல்ட் ப்ளடட் மர்டரர்ஸ்!" என்று கத்த வேண்டும் போல் இருந்தது.

அவளிடம் பத்மனாபன் விரைந்து வந்தார். "உங்களுக்கு ரொம்ப தாங்க்ஸ் நந்தினி. நான் ஊரிலே இல்லாதபோது சியாமளாவைக் கவனிச்சுக்கிட்டதுக்கு. நேரிலே வந்து தாங்க் பண்ணணும்னு நினைச்சேன். இன்னிக்கு அதுக்குள்ள இந்த நியூஸ் கிடைச்சது. என்ன அநியாயம் பாருங்க."

"டாக்டர் என்ன சொல்றார். சியாமளா எப்படியிருக்காள்?"

"இப்ப ஜுரமில்லே. ஆனா சம்பந்தமில்லாமல் சில சமயங்கள்லே பேசறா. டாக்டர் ஷுஸோஃப்ரீனியாங்கறாங்க. எனக்கொண்ணும் புரியல்லே. பேசாம அவள் பிறந்த வீட்டுக்கு அனுப்பிச்சுடப் போறேன். எனக்கிருக்கிற வேலைப்பளுவிலே நான் எப்படி ஒரு சீக்காளியைக் கவனிக்க முடியும்?"

"உங்களுக்கெல்லாம் ஏது நேரம் பத்மனாபன்?" என்றாள் அவள் தூரப் பார்வை பார்த்தபடி. காரணம் புரியாமல் கண்கள் பனித்தன. துக்கம் தொண்டையை அடைத்தது. "நிஜத்தைப் பார்க்க, புரிஞ்சுக்க, இங்கே யாருக்கு நேரமிருக்கு? நேரமிருந்தாலும் யாருக்குத் தைரியமிருக்கு?"

பத்மனாபன் அனுதாபத்துடன் அவள் தோளைத் தொட்டார். "நீங்க இன்னிக்கு ரொம்பக் கலங்கியிருக்கீங்க நந்தினி."

"இன்னிக்கில்லே. ரொம்ப நாளா ஏற்பட்டிருக்கிற கலக்கம் இது!" பத்மனாபன் முகத்தில் தெரிந்த கலவரத்தைப் பார்த்து அவள் பரிகாசமாகச் சொன்னாள். "எனக்கொண்ணுமில்லே பத்மனாபன். நான் நன்றாய்த்தான் இருக்கேன். ஏன்னா நான் இந்தக் கூட்டத்திலே ஒருத்தி இல்லே. ஐ ஆம் என ஸ்பெக்டேட்டர். பார்வையாளர்!"

பத்மனாபன் மெள்ள நழுவினார். பிரபுவிடம் சென்று அவர் ஏதோ சொல்வது தெரிந்தது.

அவளுக்குள் பிரவாகமாய் வெறுப்பும் துக்கமும் நிராசையுமாய்ப் பொங்கிற்று. எத்தனை பெரிய பைத்தியக்கார உலகத்தில் வந்து நிற்கிறோம் என்று சோர்வேற்பட்டது. இன்றைக்குக் குலுங்கக் குலுங்க அழும் அகர்வாலுக்கு மாயா தற்கொலை செய்துகொண்டது புதிராகவே இருக்கும். அடுத்த மாதமே பார்ட்டிகளில் எந்தப் பெண்ணுடைய இடுப்பையாவது சுற்றிக்கொண்டு சல்லாபிக்க ஆரம்பிப்பார். ரேகா வழக்கம்போல் அன்னிய புருஷனின் தோளில்

தொங்கிக் கொண்டிருப்பாள். இன்றைக்குக் கலங்கி நிற்கும் பிரபு இரவு நேரத்தில் கள்ளனைப் போல் சுமையைத் தூக்கிக் கொண்டு மனைவியின் அறையைத் தாண்டிக் கொண்டு போவான்.

தூ! இவர்கள் வெட்கம் கெட்டவர்கள் சுரணை கெட்டவர்கள்.

அவளுக்கு உள்ளங்கையும் நெற்றியும் வியர்த்து மார்பு படபடத்தது. என்ன ஆகிவிட்டது நமக்கு என்கிற திகைப்புடன் அவள் பிரபுவிடம் சென்று, "என்னாலே இங்க இருக்க முடியல்லே. வீட்டுக்குப் போகலாமா?" என்றாள்.

அவன் சட்டென்று எழுந்தான். காரில் செல்லும்போது அவளுடைய கையை ஆதரவாகப் பிடித்தபடியே இருந்தான்.

இந்த உணர்வுகள் எல்லாம் இன்னும் சில மணி நேரங்களுக்குத்தான் என்று அவள் வெறுப்புடன் தனக்குள் சொல்லிக் கொண்டாள்.

மாடிப்படி ஏறுவதற்குள் இதுவரை உணர்ந்தறியாத சோர்வு அவளை ஆட்கொண்டது. வேண்டாத போதெல்லாம் தூக்கிக்கொண்டு போகும் பிரபு இன்றைக்குத் தூக்கமாட்டானா என்று ஒரு பைத்தியக்காரத்தனமான எண்ணம் ஏற்பட்டது.

தன் அறைக்குச் செல்லத் திரும்புகையில் பிரபு அவள் இடையைப் பற்றித் தன் அறைப் பக்கம் நடத்தினான்.

"நீ இன்னிக்கு ரொம்பக் கலங்கிப் போயிருக்கே. தனியாப் படுக்கக்கூடாது!" என்றான் மிருதுவாக.

இதுவரை அவன் காட்டியிராத கனிவு தொனித்தது. உடம்பில் இருந்த சோர்வில் அவள் பேசாமல் அவனைத் தொடர்ந்தாள். உடுப்பை மாற்றக்கூடத் தோன்றாமல் சோர்வுடன் அமர்ந்த அவளைப் பார்த்து அவன் மெல்லக் கேட்டான். "ஒரு ட்ரிங்க் சாப்பிடறியா? சோர்வெல்லாம் போயிடும்."

பேச்சுக் காதில் விழாதவளாய், அவள் அமர்ந்தபோது, அவன் தன்னுடைய 'மினி பாரை'த் திறந்து விஸ்கியும் சோடாவும் கலந்து கொண்டு வந்து அவளிடம் நீட்டினான்.

"என்ன?"

"உனக்கு மருந்து குடி! இந்த டிப்ரெஷன் போயிடும்."

அவள் அதைக் கையில் வாங்கிக் கொண்டு சிரித்தாள். "எந்த டிப்ரெஷனைப் போக்கறதுக்காக நீங்க குடிக்கிறீங்க?"

"நாளைக்குப் பேசிக்கலாம் நந்தினி. இப்ப குடிச்சிட்டுப் படுத்துக்கோ!" என்றான் அவன் கண்டிப்புடன்.

அவள் மௌனமாகக் குடிக்க ஆரம்பித்தாள். அதன் வாசனை குமட்டிற்று. தொண்டையில் அதன் காரம் எரிச்சல் ஏற்படுத்திற்று. ஆனால் ஏதோ சத்தியத்திற்குக் கட்டுப்பட்டவள் போல் குடித்தாள்.

பிரபு எதையுமே பேசாமல் சாய்வு நாற்காலியில் கையில் விஸ்கியுடன் தீவிர யோசனையில் இருந்தான்.

சற்று நேரம் பொறுத்து அவன் தனக்குள் முணுமுணுத்துக் கொள்பவன் போல் சொன்னான்.

"டிராஜடி! க்ரேட் டிராஜடி! எப்பேர்ப்பட்ட பெண் அவள்! எனக்கு மட்டும் அப்படி ஒரு பெண் இருந்தால்...!"

"இருந்திருந்தால் பத்து வயசிலேயே தூக்குப் போட்டுட்டிருக்கும்!"

அவன் கோபத்துடன் எழுந்தான். "இந்த மாதிரிப் பேசி என் கோபத்தைக் கிளறாதே! நான் ஆசைப்படறதிலே என்ன தப்பு? ஐ லவ் கிட்ஸ்!"

அவள் மறுபடி சிரித்தாள். "நீங்க ஆசைப்பட்டு, பிரியப்பட்டு என்ன பிரயோசனம்? குழந்தைகளுக்கு உங்கமேல் ஆசையும் பிரியமும் வர வேண்டாமா? அகர்வாலுக்கும் ரேகாவுக்கும்

மாயா மேல் பிரியம் இருக்கல்லேன்னு நினைக்கிறீங்களா? மாயாவுக்குத்தான் வெறுத்துப் போச்சு அவங்களைப் பார்த்து, ஏன்? ஏன்னு சொல்லுங்கோ உங்களுக்கு ஒரு குழந்தை இருந்தா அது உங்களையும் வெறுக்கும். ஏன்? குழந்தைகளுக்கு மான அவமான உணர்வு ஜாஸ்தி. நியாய தர்மத்தைப்பத்தி சுபாவமான பயம் உண்டு. அதிர்ச்சிகளைத் தாங்கிக்க முடியாது தே வான்ட் தேர் பேரண்ட்ஸ் டு பி டீஸென்ட் நான் குத்துக்கல்லா வீட்டிலே இருக்கும்போது கொஞ்சம்கூட எந்தக் கூச்சமும் இல்லாம நடுராத்திரியிலே கள்ளனைப் போல் கண்ட பொம்பளைங்களை...!''

அவன் பளாரென்று அவள் கன்னத்தில் அறைந்தான். ''பேசாம இருக்க மாட்டே?''

''இருக்கேன்!'' என்றாள் அவள் நிதானமாக, கண்களிலிருந்து கரகரவென்று நீர் வழிந்தது. துக்கம் தொண்டையை அடைத்தது. ''எனக்கும் குழந்தைகள்னா ரொம்பப் பிடிக்கும். குழந்தை வேணும்னு ஆசை இருக்கு. ஆனா மாட்டேன். நிச்சயம் மாட்டேன். அதுவும் நடந்த இன்னிக்கு விபத்துக்கப்புறம்...''

***

அத்தியாயம் 18

இன்றைக்கு ஆரஞ்சு ஜூஸே உள்ளே இறங்கத் தகராறு செய்தது. வெண்ணெய் தடவிய டோஸ்ட் இரண்டு அப்படியே உட்கார்ந்திருந்தன. பிரபு கவனிப்பதற்கு முன் அவற்றை எப்படி அப்புறப்படுத்துவது என்று அவள் யோசிக்கையில், அவன் படித்துக் கொண்டிருந்த பத்திரிகையிலிருந்து பார்வையை விலக்கி அவளைப் பார்த்தான்.

''பரிட்சையெல்லாம் முடிஞ்சு போச்சில்லே?''

அவள், ஆமாம் என்று தலையசைத்தாள்.

பத்திரிகையை அவன் மடித்து வைத்த வேகத்தில் ஒரு மெல்லிய கோபம் தெரிந்தது.

''பிஸாத்து ஃப்ரெஞ்ச் பரிட்சைக்கு இப்படி உசிரைக் கொடுத்துப் படிக்கிறவங்களை நான் பார்த்ததில்லே!'' என்றான். ''கொஞ்ச நாளைக்கு ஊர் சுத்தாமல் ரெஸ்ட் எடுத்துக்கோ. தெரிஞ்சுதா?''

'ஊர் எங்கே சுற்றுகிறேன்?' என்று அவள் கேட்க நினைத்து, கேட்காமல் ''சரி'' என்றாள்.

மாயாவின் மரணத்திற்குப் பிறகு இந்த ஒன்றரை மாதங்களாகப் படிப்பு, பரிட்சை என்கிற சாக்கில் இவனுடன் தினப்படி பேச்சு வார்த்தைகூட வெகுவாகக் குறைந்து போனது

நினைவுக்கு வந்தது. இவனுடைய பேச்சிலும் பார்வையிலும் ஒரு புதிய மாறுதல் தெரிந்தாற்போல் அவளுக்குப் பிரமையேற்பட்டது.

"ராம்ஸிங் ஒரு வாரம் லீவு கேட்கிறான். கொடுக்கலாம்னு இருக்கேன்."

அவள் சட்டென்று நிமிர்ந்து உட்கார்ந்தாள்.

"நாளையிலேர்ந்து கொடுங்க. ப்ளீஸ்! இன்னிக்கு எனக்குக் கொஞ்சம் வெளியிலே போகணும்!"

"எங்கே?" என்று அவன் கேட்டு விடுவானோ என்று அவள் அவசரத்துடன், "நாளையிலேருந்து எனக்குக் கார் வேண்டாம்." என்றாள்.

அவன் ஒரு வினாடி அவளை யோசனையுடன் பார்த்தான்.

"பன்னிரண்டு மணிக்கெல்லாம் திரும்பிடுவேன்!" என்றாள் அவள் - அவனை பேச விடாமல்.

அவன் தோளைக் குலுக்கி உதட்டைப் பிதுக்கினான். இஷ்டமில்லாமல் ராம்ஸிங்கிடம் அவன் பேசச் சென்றதும் அவள் தன்னறைக்கு விரைந்தாள்.

காரணம் புரியாமல் மார்பு படபடத்தது. கண்ணாடியின் முன் நின்றபோது இளைத்த உடம்பு பயங்கரமாகத் தெரிந்தது. அவள் தீர்க்கமாகத் தன்னை ஆராய்ந்து பார்த்தாள். அடி வயிற்றில் லேசான கனம் தோன்றுகிறாற்போல் இருந்தது. அதை மெல்லத் தடவிப் பார்க்கும்போது கை விரல்களில் சின்ன நடுக்கம் கண்டது. துக்கம் பந்தாய் நெஞ்சில் உருண்டு கனத்துக் கண்களில் குத்திட்டு நின்றது.

'எனக்கும் குழந்தைகள் பிடிக்கும்' என்று அவள் துயரத்துடன் சொல்லிக் கொண்டாள்.

"ஆனால் இதைப் பிறக்க விடமாட்டேன். மாயா இறந்த அன்றே முடிவு செய்துவிட்டேன். அன்றுதான் இந்த வித்தின்

பிரக்ஞை எனக்குள் ஏற்பட்டது. அன்றே இதற்கு மானசீகச் சமாதி கட்டிவிட்டேன்''

பிரபுவின் கார் கிளம்பிப்போன சப்தம் கேட்டவுடன் அவள் தன்னைத் தயார் செய்து கொண்டாள்.

பரிட்சை முடிந்த பிறகு செய்துகொள்ளலாம் என்று ஒத்திப்போட்டதே தப்போ என்கிற கவலை லேசாக அரித்தது.

ராம்ஸிங் தயாராக நிறுத்தியிருந்த காரில் அமர்ந்து க்ளினிக்குக்குப் போய்ச் சேர்ந்ததும் ஏதோ பெரிய திருட்டுத்தனம் செய்கிறார்போல் மார்பு படபடத்தது.

படியேறி ரிசப்ஷனை அடைந்ததும் மலையாள நர்ஸ் எதிர்ப்பட்டாள்.

''நீ எதற்கு இங்கு வந்தாய்?'' என்கிற ஆச்சரியப் பார்வை பார்த்தாள்.

''கலைச்சுக்கத்தான் வருவாங்க. வேற எதுக்கு வருவாங்க?'' என்று இவள் அன்று திட்டியது நினைவுக்கு வந்தது. ''என்னுடைய முதல் கருவைக் கலைக்க வந்திருக்கிறேன்.'' என்றால் இவள் நம்மைப் பற்றி என்ன நினைப்பாள்?

மயக்கமுற்ற நிலையில் சூன்யக் களையுடன் ஸ்ட்ரெச்சர்கள் இரண்டு மூன்று ஆபரேஷன் தியேட்டரிலிருந்து வெளிப்பட்டன. இவர்கள் எல்லாம் என்னனென்ன காரணங்களுடன் வந்திருக்கிறார்கள்?

திடீரென்று அவளுடைய கால்கள் பலவீனப்பட்டுப்போயின. அடி வயிற்றில் பட்டாம் பூச்சிகள் பறந்தன.

''மேடம்... இந்த ஃபாரத்தைப் பூர்த்தி செய்யுங்க. அபார்ஷன்தானே?''

அவள் சுய நினைவுக்கு வந்து கலவரத்துடன் நிமிர்ந்தாள்.

மலையாள நர்ஸின் முகத்தில் இகழ்ச்சி தெரிந்ததுபோல் தோன்றிற்று.

"நான் டாக்டரைப் பார்க்கணும் நர்ஸ். செக்கப் செய்துக்க வந்திருக்கேன்." சட்டென்று வார்த்தைகள் அவளையறியாமல் வந்தன.

அவள் மிஸஸ் பிரபு என்று தெரிந்ததும் டாக்டர் ஆசார உபசாரம் செய்தாள். தமிழ் பேசினாள்.

"கலைக்கவா வந்திருக்கீங்க" என்றாள்.

"இல்லை. செக் அப்புக்கு." என்றாள் தயக்கத்துடன்.

"அதானே பார்த்தேன்!" என்று டாக்டர் சிரித்தாள். மிஸ்டர் பிரபுவுக்குப் பழைய காலத்து எண்ணங்கள்னு நினைக்கிறேன். இந்தக் கிளினிக்குக்கு டொனேஷன் கேட்கப் போனோம். தர முடியாதுன்னு சொல்லிட்டார். ஆக்க வேலைக்குத்தான் தருவாராம். அழிக்கிற வேலைக்குத் தரமாட்டாராம்!"

டாக்டருடைய மிகையான சிரிப்பில் பங்குகொள்ளாமல், பரிசோதனை முடிந்ததும் பலவீனத்துக்காக டாக்டர் எழுதிக்கொடுத்த நீளச் சீட்டை எடுத்துக் கொண்டு காருக்கு வந்தாள்.

வழி நெடுக ஒரு கையாலாகாத்தனத்துடன் மனசு பரபரத்தது. என்ன ஆகிவிட்டது நமக்கு என்று திகைப்பேற்றப்பட்டது. ஏன் இப்படிப் பின்வாங்கிக் கொண்டு திரும்பிவிட்டேன் எந்தப் பலவீனம் நம்மை ஆட்கொண்டது?

'இன்னும் மத்திய வர்க்கத்துப் பயங்கள் உங்களை விடவில்லை' என்று தயானந்த் சொன்னது நினைவுக்கு வந்தது. நிச்சயம் இது மத்திய வர்க்கத்து வளர்ப்பின் பாதிப்பாகத்தான் இருக்க வேண்டும். இந்தப் பலவீனத்தை நான் எப்படி ஜெயிக்கப் போகிறேன் என்று அவள் திகைத்தாள்.

வீட்டை அடைந்தபோது தயானந்த் அவளுக்காகக் காத்திருந்ததைக் கண்டு திடுக்கிட்டாள்.

இரண்டு மாதங்களுக்கு முன் ஒரு பலவீனப் போதில் இவன் எதிரில் கண்ணீர்விட்டதும், 'நான் குழந்தை வேண்டும்

என்று ஆசைப்படவில்லை' என்று துக்கப்பட்டதும், 'என்னைச் சுற்றித் தீ இருக்கிறது' என்று வசனம் பேசியதும் நினைவுக்கு வந்தன.

இன்றைய என்னுடைய செயலைப் பற்றிக் கேட்டால் இவன் என்ன சொல்வான்?

அவளைக் கண்டதும் தயானந்த் உற்சாகமாக எழுந்தான்.

"உனக்கொரு குட் நியூஸ் நந்தினி. ரிஸல்ட் வரதுக்கு முந்தியே ஃப்ரெஞ்ச் கான்ஸ்லேட்டில் உனக்கு ஒரு நல்ல வேலை கிடைக்கவிருக்கிறது" என்றான்.

அவள் பதில் சொல்லத் தெரியாமல் திகைத்தாள்.

"வேலை வேண்டாமா?" என்றான் அவன் ஏமாற்றத்துடன். "நீ பாக் அவுட் செய்துவிடுவாய் என்று எனக்குத் தெரியும்!"

"நான் பின்வாங்கவில்லை தயானந்த்" என்றாள் அவள் மெள்ள. "ஏதாவது ஒரு பிரச்சினை முளைத்துக் கொண்டிருக்கிறது. அதைச் சமாளிக்க வேண்டிய தருணத்தில் அதன் குணமோ என் குணமோ மாறி விடுகிறது."

அவன் அனுதாபத்துடன் அவளைப் பார்த்தான்.

"நீ இன்னும் ரொம்ப மிடில் க்ளாஸ் சிந்தனைகளில் மாட்டிக் கொண்டிருக்கிறாய் நந்தினி. அதுதான் கஷ்டம். வேலைக்குப் போவது உன் மாதிரிப் பேர்வழிகளுக்கு மிக அவசியம். மனசு விசாலமாகும். சற்று எட்ட நின்று உலகத்தைப் பார்க்கும் பக்குவம் ஏற்படும்."

"விலகியே நின்று பார்க்கும் வைராக்கியத்திற்கு நான் வந்து ரொம்ப நாளாகிவிட்டது தயானந்த். இருந்தாலும் சில சமயங்களில் ரொம்பக் குழம்பிப் போகிறேன்."

அவனுடைய கை அவளுடைய கை மேல் அமர்ந்தது.

"நந்தினி, நான் உன் சினேகிதன். அதை நீ ஆத்மார்த்தமாக உணரவில்லையானால் இந்தச் சினேகிதத்தினால் பிரயோசனமில்லை.

சினேகிதத்தின் அர்த்தமே துக்கத்தையும் சந்தோஷத்தையும் பகிர்ந்துகொள்வது. உன் பிரச்சினை என்ன என்று சொல்லு!''

அவன் குரல் உணர்ச்சிவசப்பட்டிருந்தது. அவனைக் கண்டு அவளுள் மெல்லிய பரிதாபம் ஏற்பட்டது.

''உங்கள் சினேகிதத்தை நான் உணராமல் இல்லை தயானந்த்'' என்றாள் மெள்ள. ''அவரவர்களுடைய பிரச்சினைகளை அவரவர்களேதான் தீர்த்துக்கொள்ள வேண்டும் என்று நான் ரொம்ப நாள் முன்பே முடிவிற்கு வந்துவிட்டேன்.''

''அதனால்தான் நெருப்புச் சுடுகிறது என்று தெரிந்தும் அதற்குள்ளேயே உட்கார்ந்திருக்கிறாய் ஞானி மாதிரி?''

அவள் திடுக்கிட்டு அவனைப் பார்த்தாள்.

அவன் அந்தப் பெரிய வீட்டை ஒரு நோட்டம் பார்த்துப் பரிகாசமாய்ப் புன்னகைத்தான்.

''நான் உன்னைக் குறை சொல்லவில்லை. சிந்தனையைத் தாக்கும் சக்தி செல்வத்திற்கும் போகத்திற்கும் உண்டு. நீ நீயாக இல்லாமல் இருப்பதற்கு இதுதான் காரணம். ஆன்மாவைக் கொலை செய்வது ரொம்பச் சுலபம். ஏனென்றால் அந்தக் கொலையைப் பற்றி உன் ஒருத்திக்குத்தான் தெரியும்.''

''நோ! இது நிஜமில்லை!'' என்றாள் அவள் நீர் மல்கிய கண்களுடன்.

அவன் அதைக் கவனியாதவனாய்த் தொடர்ந்தான்.

''இதையெல்லாம் உதறிவிட்டு முன்னேற நிறையத் தைரியம் வேண்டும். உனக்கே அந்த எண்ணம் வரணுமே தவிர யாரும் அதை உன்னுள் புகுத்த முடியாது.''

அவள் திடீரென்று உலுக்கப்பட்டவள் போல் நிமிர்ந்து உட்கார்ந்தாள்.

''ஓ.கே. தயானந்த்'' என்று புன்னகைத்தாள். ''ஆனால் வேலைக்குச் சேர்ந்து ஆறு ஏழு மாசத்துக்கெல்லாம் மேட்டர்னிட்டி லீவு கிடைக்குமா?'' என்றாள்.

அவள் சொன்னதைக் கிரகித்துக்கொள்ள அவனுக்கு ஒரு வினாடி பிடித்தது. முகத்தசைகள் இறுகி, பிறகு மெல்லத் தளர்ந்தன.

''ஓ, காட்! நோ! இதுவா உன் இப்போதைய பிரச்சினை?'' என்றான் இதை எதிர்பாராதவனாய். 'சொல்லி வைக்கிறேன். கௌன்சிலர் என்னுடைய சினேகிதர் ஆனால்...' என்று ஆரம்பித்து மேலே எதுவும் சொல்லாமல் மௌனமானான்.

'குழந்தை பெற்றுக்கொள்ள மாட்டேன்' என்று இரண்டு மாதங்களுக்கு முன் இவனிடம் சொன்னது இவனுக்கு ஞாபகமிருக்கும் என்று அவள் நினைத்துக் கொண்டாள்.

அவனுடைய பார்வையில் ஒரு பரிதாபம் தெரிந்தது. 'உன்னை என்னால் புரிந்துகொள்ள முடியாது' என்கிற குழப்பம் தெரிந்தது.

''எந்த நிலையிலும், நான் நானாக, நந்தினியாகத்தான் இருப்பேன் தயானந்த். உங்கள் பாடத்தை மறக்க மாட்டேன்!'' என்றாள் அவள் மென்மையாக.

அவன் தன்னைச் சமாளித்துக் கொண்டு சிரித்தான்.

''குட்! உனக்கு என் வாழ்த்துக்கள். இரண்டு நாளில் வேலைக்குச் சேர ரெடியாய் இருப்பியா?''

''இருப்பேன்.''

அவன் கிளம்பிப் போனதும் அவள் தன் அறைக்குச் சென்றாள். உடம்பு சோர்ந்திருந்தாலும் மனத்தில் ஒரு தெளிவு ஏற்பட்டிருந்தது. என்றைக்கேனும் ஒருநாள் எடுக்க வேண்டிய இந்த முடிவு இன்று தயானந்த்தின் வருகையில் உருவம் பெற்றது என்று தோன்றிற்று.

அவசரமாகக் கொஞ்சம் உடுப்புகளையும் அவசியமான பொருள்களையும் பெட்டியில் திணித்து அவள் உடனடியாகப் பிரபுவுக்கு ஒரு கடிதம் எழுதி வைத்தாள்.

'உங்கள் குழந்தை என்னுள் வளர்கிறது. ரொம்ப நாளாக மனத்தில் ஏற்பட்டுப்போன தீர்மானத்தின்படி நான் கருவைக் கலைத்துக் கொண்டு விடத்தான் இன்று க்ளினிக்குக்குச் சென்றேன். ஆனால் தைரியம் இல்லை. என்னுடைய பிறப்பும் வளர்ப்பும் அதற்குக் காரணமாக இருக்க வேண்டும். குழந்தை என்றால் எனக்கும் ஆசைதான். ஆனால் மாயா இறந்து போனதிலிருந்து என்னுள் ரொம்பக் கலக்கம் ஏற்பட்டிருக்கிறது. பொறுப்பில்லாத சுயநல வாழ்க்கைமுறை கொண்ட உங்கள் உலகத்தில் குழந்தைகளைப் பெற்றுப் போடுவதே பொறுப்பற்ற செயல் என்று தோன்றிக் கொண்டிருக்கிறது. குழந்தைக்கு இரண்டு வித விபத்து ஏற்படலாம்.

'மாயா' மாதிரி மலருமுன் வாடும் - அல்லது திமிர் பிடித்த சுயநலவாதியாய் வளரும் - நியாயம், தர்மம், கண்ணியம், காருண்யம் என்கிறதெல்லாம் முக்கியமான விஷயங்கள் என்கிற பிரக்ஞையில்லாமல்...''

இது மாயாவுடைய முடிவைவிடப் பயங்கரமான விளைவைக் கொண்டது. இந்த ஆபத்திலிருந்து என் கருவைக் காப்பாற்றத்தான் அழிக்கச் சென்றேன். ஏதோ ஓர் அசட்டு அஞ்ஞானத்தில் மனசு துணியவில்லை. இந்த நிலையில் அதைக் காப்பாற்ற ஒரே ஒரு வழிதான் எனக்குப் புலப்படுகிறது. ஆக்கபூர்வமான வழி.

நான் உங்களை விட்டுப் பிரிந்து செல்கிறேன்.

என்னுடைய குழந்தை ஆரோக்கியமான மனசுடைய குழந்தையாக வளரணும் என்று ஆசைப்படுகிறேன்.

மனுஷத்தனம் கொண்ட யோக்கிய புருஷனாக, பொறுப்பான பிரஜையாக இருக்கணும் என்று ஆசைப்படுகிறேன். இந்த வீட்டில் என் குழந்தை வளர்ந்தால் அப்படியெல்லாம் உருவாகாது.

அதனால் இந்த வீட்டைவிட்டுக் கிளம்புகிறேன். எனக்கு வேலை கிடைத்திருக்கிறது. விமன்ஸ் ஹாஸ்டலில் தங்க இடம் கிடைக்கும். என்னையும் என் குழந்தையையும் காப்பாற்றிக்கொள்ளும் தைரியமும் பக்குவமும் எனக்கு உண்டு.

இந்த என் முடிவு எந்த அகம்பாவத்தினாலும் ஏற்பட்ட முடிவு அல்ல. பொறுப்புணர்வினால் ஏற்பட்ட ஆக்கபூர்வமான முடிவு.

உங்கள் வாழ்க்கை முறையை மாற்றிக் கொள்ளுங்கள் என்று சொல்ல எனக்கு அதிகாரமுண்டு. ஆனால் அந்த அதிகாரத்தை எனக்கு நீங்கள் வழங்கமாட்டீர்கள். பல யுகத்து அகங்காரமும் இளமைக் காலத்து ஞாபகங்களும் உங்களை அழுத்துகின்றன. எனக்கு ஒரு கௌரவமான இடம் கொடுக்கவிடாமல் அமுக்குகின்றன.

எந்தக் காரணமுமில்லாமல் நான் நித்தியம் ஒரு ஆகுதியில் இரையாகிக் கொண்டிருக்கிறேன். என்னுடைய குழந்தையையும் இதில் கருக வைக்க எனக்கு இஷ்டமில்லை.'

தமிழில் வார்த்தைகள் தங்கு தடையில்லாமல் வந்தன. யோசிக்க வேண்டிய அவசியமில்லாமல்.

அவள் கடிதத்தை மடித்து அவன் பார்வையில் படுகிற இடத்தில் வைத்தாள். அறையையும் பூட்டிச் சாவியைக் கடிதத்தின் மேல் வைத்தாள். தனது சின்ன சூட்கேஸைத்

தானே தூக்கிக் கொண்டு, திகைத்து நின்ற கூர்க்காவிடம் ஏதும் சொல்லிக்கொள்ளாமல் டாக்ஸியில் அமர்ந்தாள்.

எஜமானனுக்காகவே இருக்கப் பழகியவர்கள் இந்த வேலைக்காரர்கள். அவன் இஷ்டப்படி அவன் சௌகர்யத்துக்காக மட்டுமே இயங்கும் வீடு இது. அவள் இல்லாததால் எந்தத் தடுமாற்றமும் ஏற்படப் போவதில்லை இங்கு...

இரவு அவளைத் தேடிக்கொண்டு அவன் வரவில்லை.

ஒரு மெல்லிய ஏமாற்றத்துடன் அவள் அரைகுறைத் தூக்கத்தில் ஆழ்ந்து போனாள்.

காலையில் அவள் கண் விழித்ததுமே அவன் வந்து நின்றான். நேராக அவள் தோள்களைப் பற்றி ஆவேசத்துடன் குலுக்கினான். "அந்தத் தாடிக்காரனுடைய ஏற்பாடா இது?" என்றான்.

அவளுக்குக் கோபம் வந்தது.

"இல்லை. இது என்னுடைய ஏற்பாடு. என்னுடைய தீர்மானம். லெட்டரைப் படிக்கல்லே?"

அவன் சிறிது நேரம் அவளை யோசனையுடன் பார்த்தான்.

"அவனோடு உறவு ஏற்படுத்திக்கணும்னு நீ வந்திருந்தால் நான் தடுக்க முடியாது..."

"அதுக்காக நான் வரலேன்னா, தடுக்கப் போறீங்களா?"

"தடுக்க முடியுமான்னு பார்க்கறேன்" என்றான் அவன் நிதானமாக. அவளுடைய தோள்மேல் அவனுடைய கைகள் இன்னும் இருந்தன. "என்னுடைய பழக்கவழக்கங்களுக்கெல்லாம் காரண காரியத்தை நான் ஆராயப்போவதில்லை. மாயாவுடைய சாவினாலே நானும்தான் கலங்கிப் போனேன். உன் உலகத்திலேயே இருக்கிற முட்டாள்

பெண் நீ. இரண்டு மாசமாக நீ என்னை எங்கே கவனிச்சே? இதைப் பார், நான் இருக்கிற உலகத்தை என்னாலே மாற்ற முடியாது. ஆனால் என்னை மாத்திக்க முடியும். காரன்டி தரேன்!''

பலவிதமான உணர்ச்சிகள் மோத அவள் அவனை நிமிர்ந்து பார்த்தாள். அவனுடைய அதரங்களில் புன்னகை தெரிந்தது. அவள் நம்பிக்கையில்லாமல் தலையசைத்தாள்.

''இந்த காரன்டியெல்லாம் மயான வைராக்கியம் மாதிரி... நான் எந்தக் காம்ப்ரமைஸும் பண்ணப் போறதில்லை.''

''காம்ப்ரமைஸ் இல்லை. இது ஒரு டீல். ஒப்பந்தம். நான் ஒரு வியாபாரி - காரன்டியை முறிக்கிற வழக்கமில்லாதவன். முறிச்சேன்னா...''

அவள் பதில் சொல்வதற்கு முன் அவன் சொன்னான்.

''முறிச்சேன்னா, நீ கிளம்பிப் போகலாம். இந்த மாதிரி தூய தமிழ்லே கடிதாசி எழுதி வைக்கக்கூட வேண்டாம். நானே இந்த ஹாஸ்டல் பதினாலாம் நம்பர் ரூமிலே கொண்டு விட்டுடப் போறேன்.''

''இது பரிகாசம் பண்ற விஷயமில்லே பிரபு!''

''ராத்திரி பன்னிரண்டு மணிக்கு வீட்டுக்கு வந்து உன் கடிதத்தைப் படிச்சுத் தூங்கவே தூங்காமல் இப்ப உன் எதிரிலே நிக்கிறது பரிகாசம்னு நினைக்கிறியா?''

அவள் தலையைக் குனிந்து கொண்டாள்.

இவனை நம்பலாமா? இவன் மாறுவானா? அது ரொம்ப பெரிய கேள்விக் குறி என்று தோன்றிற்று.

''இரண்டு நாளிலே நான் வேலையிலே ஜாயின் பண்ணப் போறேன் பிரபு, வேலை எனக்கு அவசியம்.''

''என்னை ஜாயின் பண்ணினப்புறம் நீ என்ன வேண்டுமானாலும் செய்!''

திகைப்பும் வியப்பும் அடங்காமல் அவள் வெகு நேரம் மௌனமாக நின்றாள். சுபாவத்துக்கு விரோதமான பொறுமையுடன் அவன் அவளது பதிலுக்காகக் காத்து நின்றிருப்பது திடீரென்று பிரக்ஞையில் உறைத்து ஆச்சரியமேற்படுத்தியது.

அவன் பார்வையில் புதுசாகத் தெரிந்த ஏதோ ஒன்று சலனப்படுத்திற்று.

மனத்தில் எந்த மூலையிலிருந்தோ சடக்கென்று வார்த்தைகள் எட்டிப் பார்க்கின்றன.

'ஒரு வருஷத்திலே புருஷனைப் பத்தி சகலமும் தெரிஞ்சுண்டிட்டியா? அவன் திருந்த மாட்டான்னு நிச்சயம் பண்ணிட்டியா?'

அவள் திடுக்கிட்டுச் சுய நினைவுக்கு வந்தாள். இவன் திருந்துவானா? சந்தர்ப்பம் கொடுத்துப் பார்த்தால்...?

திருந்தாவிட்டால்...?

வெகு நேர யோசனைக்குப் பிறகு அவள் சொன்னாள்.

"சரி வறேன். ஆனா இது ஒரு ஒப்பந்தம். சமாதானம் இல்லை. இந்த ஒப்பந்தத்தை நீங்க காப்பத்தல்லேன்னு தோணினால் என் பாதையும் உங்க பாதையும் வேற!"

"அக்ரீட்!"

மீண்டும் அம்மாவின் நினைவு வந்தது. பிரச்சினைகளைச் சமாளிச்சு வழி தெரியல்லேன்னு ஓடிப் போனேன்னா தோத்துப் போனேன்னு அர்த்தம்...

படிப்பு உனக்கு அஸ்திரம்... பலத்தைக் கொடுக்கணுமே தவிர அழிச்சுடக்கூடாது...

இந்த என் முடிவு எனக்கு வெற்றியா தோல்வியா?

என்னை யாரும், எதுவும் அழித்துவிட முடியாது. நிச்சயம். அம்மாவின் உருவக எதிர்பார்ப்பின் யதார்த்த வடிவம் நான் என்றால் அம்மா புரிந்து கொள்வாளா? வீட்டிற்குச் சென்றதும் முதல் வேலையாக அம்மாவுக்கு ஒரு கடிதம் எழுத வேண்டும் என்று அவள் நினைத்துக் கொண்டாள்.

கேள்விகளுக்கு விடையைத் தேடும் கடிதம்.

முற்றும்

www.ingramcontent.com/pod-product-compliance
Lightning Source LLC
LaVergne TN
LVHW100257051026
849517LV00006B/2116
* 9 7 8 9 3 9 5 4 4 1 9 7 1 *